സമരചരിത്രപരമ്പര

മൊറോഴ

Nadakkavu, Kozhikode, Kerala, 673011
www. insightpublica. com
e-mail: insightpublica@gmail.com
Title: **Morazha**
(Malayalam)
Author: **K Damodaran**
Compiled & Edited: V. S. Anilkumar
First Edition: May 2022
Cover&Layout: kjvj@insight
Copyright © Reserved
All rights reserved.
Printed and Published by
InsightinPublica Printers & Publishers Pvt. Ltd.
ISBN 978-93-90535-38-5
₹ 159

മെറാഴ്

കെ.ദാമോദരൻ

സമാഹരണം / സംയോജനം
വി.എസ്.അനിൽകുമാർ

കണ്ണൂർ ജില്ലയിലെ മൊറാഴ ഗ്രാമത്തിൽ കാന്തൽ ദേശത്ത് ജനനം. മൊറാഴ സെൻട്രൽ യു പി സ്കൂളിൽ 35 വർഷത്തെ അധ്യാപക സേവനത്തിന ശേഷം പ്രധാനാധ്യാപകൻ ആയി വിരമിച്ചു. ബിരുദാനന്തര ബിരുദധാരി. ഇടതുപക്ഷ പ്രവർത്തകൻ.

ഭാര്യ: എം.പ്രേമവല്ലി ടീച്ചർ.

മക്കൾ: നിത, നിമി

വിലാസം: കരിക്കൻ വീട്, കാന്തൽ, കണ്ണൂർ 670562

ഫോൺ: 9847957159

ഈമെയിൽ: kdamodaran91@gmail.com

കെ ദാമോദരൻ മാസ്റ്റർ

കേരളം ഉണ്ടായത്

കേരളം ഉണ്ടായത് എങ്ങനെയെന്ന ചോദ്യത്തിന് ഒരൊറ്റ ഉത്തരമേയുള്ളൂ; രക്തത്രുഷിത സമരത്തിലൂടെ. സ്വാതന്ത്ര്യ സമരത്തിന്റെ ഭാഗമായും അല്ലാതെയും കമ്മ്യൂണിസ്റ്റ് പാർട്ടികൾ നടത്തിയ വിട്ടുവീഴ്ചയില്ലാത്ത പോരാട്ടത്തിന്റെ ഫലമാണ് ഇന്നത്തെ കേരളം. മധ്യവർഗ ജീവിതത്തിന്റെ സുഖശീതളിമയിൽ ജീവിക്കുന്ന മലയാളിയെ സംബന്ധിച്ച് രക്തത്രുഷിതമായ ഇത്തരം പോരാട്ടങ്ങൾ ഓർമ്മിക്കുക എന്നതു പോലും അസഹനീയമായിത്തീരാം. വികസന ത്തിന്റെ വർണശബളിമയിൽ പോരാട്ടത്തിന്റെയും ത്യാഗത്തിന്റെയും ഉണങ്ങാത്ത രക്തക്കറ പതിഞ്ഞിരിപ്പുണ്ട്. ആലസ്യത്തിന്റെ സുഷു പ്തിയിൽ കഴിയുന്ന ഈ കാലത്ത് അത് മലയാളിയെ വീണ്ടും ഓർമ്മി പ്പിക്കണം എന്ന് ഞങ്ങൾ കരുതുന്നു. അതൊരു ചരിത്ര നിയോഗമാ ണെന്ന് മനസ്സിലാക്കുന്നു. പ്രസാധനം പ്രക്ഷുബ്ധതയുടെ പ്രകാശനം എന്നത് സത്യസന്ധതകൊണ്ട് അടയാളപ്പെടുന്ന മായാത്ത ഒരു വാക്കിന്റെ വാഗ്ദാനമാണ്. അതുകൊണ്ടാണ് കേരളത്തിന്റെ സമരച രിത്രം ഒരു പരമ്പരയായി പുറത്തിറക്കാൻ ഞങ്ങൾ തീരുമാനിച്ചത്. ആദ്യഘട്ടത്തിൽ കയ്യൂർ, മുനയൻകുന്ന്, കാവുമ്പായി, പാടിക്കുന്ന്, മൊറാഴ, ഒഞ്ചിയം, ഇടപ്പള്ളി, പുന്നപ്ര-വയലാർ, ശൂരനാട് തുടങ്ങി ഒമ്പത് പുസ്തകങ്ങൾ അടങ്ങിയ പരമ്പരയാണ് പ്രസിദ്ധീകരിക്കുന്നത്. മറ്റ് പ്രധാന സമരചരിത്രങ്ങൾ അടുത്തഘട്ടത്തിൽ പ്രസിദ്ധീകരിക്കാൻ കഴിയും എന്ന് ഞങ്ങൾ കരുതുന്നു. കഴിഞ്ഞ രണ്ട് വർഷമായി മലയാള ത്തിന്റെ പ്രിയപ്പെട്ട എഴുത്തുകാരൻ വി.എസ്. അനിൽകുമാർ ഇതിനുള്ള നിരന്തര പരിശ്രമങ്ങളിലായിരുന്നു. അനിയേട്ടനോട് അതിരറ്റ സ്നേഹം. സമയബന്ധിതമായി ചരിത്രരചന പൂർത്തീകരിച്ച എഴുത്തുകാരോടും സ്നേഹവും കൃതജ്ഞതയും രേഖപ്പെടുത്തി ഈ പരമ്പര കേരളത്തിന് സമർപ്പിക്കുന്നു.

സുമേഷ് ഇൻസൈറ്റ്

സമരചരിത്രപരമ്പര

വി. എസ്. അനിൽകുമാർ

ചെന്നെയിൽ നിന്ന് തൊണ്ണൂറു കിലോമീറ്റർ അകലെ ഗ്ഗിയം എന്ന കുഗ്രാമത്തിലേക്കും ഹരിയാനയിലെ റോത്തക്കിൽ നിന്ന് നാല്പതു കിലോമീറ്റർ അകലെ ഫർമാനയിലേക്കും മധുരൈയിൽ നിന്ന് പന്ത്രണ്ട് കിലോമീറ്റർ അകലെ കീഴടിയിലേക്കും പല കാലങ്ങ ളിലായി യാത്ര ചെയ്ത് എത്തിയപ്പോൾ ആദ്യം ഉണ്ടായ വികാരം ഒരേ പോല്യള്ളതായിരുന്നു. കനത്ത പെരുത്ത കയറിയ ആദരവ്, വിനയം.

ഇന്ന് ഫർമാന, സമ്പന്നമായയതും ഗ്ഗിയവും കീഴടിയും ദരിദ്രമായയതും ആയ കൃഷിയിടങ്ങളാണ്. പക്ഷെ നമ്മുടെ പ്രപിതാമഹന്മാർ ആയിര ക്കണക്കിന് വർഷങ്ങൾക്കു മുമ്പ് ജീവിച്ച ഇടങ്ങളാണവ. കുറേദൂരം ഉരുളൻ കല്ലുകൾ ചവിട്ടി കഷ്ടപ്പെട്ട് ഗ്ഗിയത്തിലെത്തിയാൽ ആദി മാനവർ വാണിരുന്ന ഒരു ഗ്രഹ കാണാം. വളരെ പഴയ കാലത്തെ ജനവാസത്തിന്റെ തെളിവുകൾ കീഴടി ഖനനത്തിൽ കിട്ടുകയുണ്ടായി. അതിന് ഹാരപ്പൻ സംസ്കൃതിയെക്കാൾ പഴക്കമുണ്ടാകാം എന്നാണ് അനുമാനം. ഫർമാനയാകട്ടെ അവിടെയൊരു ഹാരപ്പൻ പട്ടണം ഒളി പ്പിച്ചുവച്ചു. അത് പതുക്കെ പുറത്തെടുത്തു നോക്കുകയായിരുന്നു, ഞങ്ങൾ എത്തുമ്പോൾ.

സകല സൗകര്യങ്ങളും (fecilities) ഉള്ള ജീവിതത്തിൽ നിന്ന് എത്തി, ഈ ഇടങ്ങളിൽ നില്ക്കുമ്പോൾ, എല്ലാ സംഘട്ടനങ്ങളും സംഘഗാനങ്ങളും വിശപ്പും അസൗകര്യങ്ങൾ സൃഷ്ടിക്കുന്ന കഠിനമായ യാതനകളും നിലവിളികളും ചരിത്രത്തിലെ ഏട്ടകളിൽ മറിയുന്നത്

അനുഭവപ്പെടും. അവരുടെ ജീവിതവും നമ്മുടെ ജീവിതവും തമ്മിൽ യാതൊരു താരതമ്യവും സാദ്ധ്യമല്ല. അവരുടെ ജീവിതം നിരന്തരമായ പോരാട്ടങ്ങളുടേയും സഹനങ്ങളുടേയും ശേഖരമാണ്.

കേരളീയമായ കമ്മ്യൂണിസ്റ്റ് പോരാട്ടങ്ങളുടെ ത്യാഗ-വീര-സഹന ചരിത്രത്തിലൂടെ കടന്നുപോകുമ്പോൾ അതേ ആദരവ്, അതേ വിനയം കനത്തു വരുന്നു...ഇതിനെക്കുറിച്ചൊക്കെ എന്തെങ്കിലും എഴുതാൻ പോലും എനിക്കെന്ത് അർഹത എന്ന സംശയമുണ്ടാകുന്നു. കാരണം അതിക്രൂരവും അതിശക്തവുമായ ഭരണ-സാമൂഹിക ക്രമത്തോട് കൃത്യമായി പടയുണ്ടാക്കി, കൊണ്ടും കൊടുത്തും, അപ്പോഴല്ലെങ്കിൽ കുറച്ച കഴിഞ്ഞ് ലക്ഷ്യത്തിലെത്തിയ വീരചരിതങ്ങളാണെല്ലാം. ഹിംസ സ്വന്തം ശരീരത്തിൽ അനുഭവിക്കാനുള്ളതു മാത്രമല്ല തിരിച്ച കൊടുക്കാ നുള്ളതു കൂടിയാണ് എന്ന പ്രത്യയശാസ്ത്രപരമായ തിരിച്ചറിവ് ഉണ്ടാക്കി യെടുത്തു നടത്തിയ സമരങ്ങളാണെല്ലാം.

ലക്ഷ്യശുദ്ധിയോടൊപ്പം മാർഗ്ഗശുദ്ധിയും അനിവാര്യമാണെന്ന് നിർബ്ബന്ധം പിടിക്കുന്നവരുണ്ട്. നല്ല ആശയമാണത്. പക്ഷെ പണി യെടുത്തു തളർന്നു വീഴുമ്പോഴും വിശന്ന് കരയേണ്ടി വരികയും പല വിധമായ അപമാനങ്ങളും വിവേചനങ്ങളും പീഡനങ്ങളും അനുഭവിക്കേ ണ്ടിവരികയും ചെയ്ത കർഷകരും തൊഴിലാളികളും പടയെടുക്കുമ്പോൾ മാത്രമാകരുത് ഈ നല്ല ആശയം പ്രചരിപ്പിക്കേണ്ടത്. തങ്ങളുടെ അത്യാഗ്രഹങ്ങൾക്കനുസരിച്ച് കാര്യങ്ങൾ നടക്കാൻ വേണ്ടി ഏതു നില വാരത്തിലുള്ള അക്രമവും നടത്താൻ കൈയ്യറപ്പില്ലാത്ത ജന്മി - പുരോ ഹിത-ഭരണവർഗ്ഗത്തോട് ഇതേ ലക്ഷ്യ - മാർഗ്ഗ വിശുദ്ധി ആരെങ്കിലും ഉപദേശിച്ചതായി കേട്ടിട്ടില്ല.

1939 ഡിസംബർ 31 നാണ് ഇന്നത്തെ ധർമ്മടം നിയോജകമണ്ഡ ലത്തിൽപ്പെട്ട പാറപ്രം എന്ന സ്ഥലത്ത് കേരളത്തിലെ കമ്മ്യൂണിസ്റ്റ് പാർട്ടി രൂപീകരണം നടക്കുന്നത്. ഇന്ത്യൻ നാഷണൽ കോൺഗ്രസി ന്റെ നേതൃത്വത്തിൽ ദേശീയ സ്വാതന്ത്ര്യ സമരം വളരെയധികം ശക്തി നേടിയ സമയത്തു പോലും മറ്റൊരു പ്രത്യയശാസ്ത്രത്തിന് കേരളത്തിൽ വ്യാപനം കിട്ടി എന്നത് ശ്രദ്ധേയമായ കാര്യമാണ്. മാത്രമല്ല ഇന്ത്യയിൽ കേവലം പതിനേഴ് വർഷം (1925 ൽ ഇന്ത്യയിൽ കമ്മ്യൂണിസ്റ്റ് പാർട്ടി രൂപീകൃതമായി) പ്രായമുള്ള ഒരു സംഘടനയ്ക്ക് 57 വർഷം പ്രായമായ ഇന്ത്യൻ നാഷണൽ കോൺഗ്രസിന്റെ 'ക്വിറ്റ് ഇന്ത്യ' സമരത്തെ സാമ്രാ ജ്യത്വാനുകൂല - വിരുദ്ധ സംവാദതലത്തിലേക്ക് കൊണ്ടുവരുവാനും കഴിഞ്ഞു എന്നതും ഓർക്കണം. ശരിയായാലും തെറ്റായാലും ആ വിഷയം സമയാസമയങ്ങളിൽ സംവാദതലത്തിൽ ഇപ്പോഴും തുടരുന്നുണ്ട്.

നിർഭയരും നിസ്വാർത്ഥരുമായ നേതാക്കളും പ്രവർത്തകരും വർഗ്ഗ
പക്ഷപാതിത്തമുള്ള പ്രത്യയശാസ്ത്രവും കേരളത്തിലെ കർഷക - തൊഴി
ലാളിവർഗ്ഗം സ്വീകരിച്ച എന്നതാണ് പിന്നീട് സംഭവിച്ചത്. പിറവിക്ക
ശേഷം ഒരു വ്യാഴവട്ടത്തിനുള്ളിൽത്തന്നെ മഹത്വമുള്ളതും ഗംഭീരവുമായ
സായുധപ്പോരാട്ടങ്ങൾ തന്നെ നടത്താൻ കേരളത്തിലെ കമ്മ്യൂണിസ്റ്റ്
പാർട്ടിക്ക് കഴിഞ്ഞു. പഴയതും പ്രസക്തമായതുമായ ഭാഷയിൽ
പറഞ്ഞാൽ ജന്മിമാരുടേയും ദുർഭരണാധികാരികളുടേയും കോട്ട
കൊത്തളങ്ങളെ പിടിച്ചലയ്ക്കാൻ ഈ പോരാട്ടങ്ങൾ കൊണ്ട് സാധിച്ചു.

പിറവിയെടുത്ത് അടുത്ത വർഷം, 1940 ൽ മൊറാഴ സമരം നടക്ക
ന്നുണ്ട്. ഒരു വർഷത്തിനുള്ളിൽ ഇത്രയും വലിയ ധീരതയ്ക്കും സഹനത്തി
നും നിസ്വവർഗ്ഗം തയ്യാറായി എന്നത് അവരനുഭവിച്ച വന്ന ക്രൂരമായ
ജീവിതത്തെക്കൂടി വ്യക്തമാക്കുന്നുണ്ട്. 1941 ലാണ് കയ്യൂർ പോരാട്ടം
നടക്കുന്നത്. 1946 ൽ പുന്നപ്ര - വയലാറും കരിവെള്ളൂരും കാവുമ്പായിയും
പോരാട്ടങ്ങൾ കൊണ്ട് ചുവക്കുന്നു. 1948-ൽ ഒഞ്ചിയത്തേയും മുനയൻ
കുന്നിലേയും അധ്വാനിക്കുന്ന വർഗ്ഗം ധീരമായി പൊരുതുന്നു. 1949 ൽ
ശൂരനാട്. 1950-ൽ ഇടപ്പള്ളിയും പാടിക്കുന്നു. ദേശീയ സ്വാതന്ത്ര്യം
കിട്ടിയിട്ടും അടിസ്ഥാന വർഗ്ഗത്തിന്റെ പോരാട്ടങ്ങൾ അവസാനിച്ചില്ല.
കമ്മ്യൂണിസ്റ്റ് പാർട്ടിയുടെ നേതൃത്വത്തിൽ നടന്ന കർഷകരുടേയും
തൊഴിലാളികളുടേയും സമരങ്ങൾ ഈ പട്ടിക കൊണ്ട് അവസാനി
ക്കുന്നുമില്ല. ചിലത് എടുത്തു പറഞ്ഞു എന്നേയുള്ളൂ.

പിൽക്കാല കേരളം രൂപം കൊണ്ടത് പ്രധാനമായും ഈ സമരങ്ങ
ളുടെ അനന്തരഫലമായിട്ടാണ്. ചോരയും ജീവനും കൊടുത്ത് അന്നത്തെ
കമ്മ്യൂണിസ്റ്റ് പ്രസ്ഥാനം പോരാടിയതു കൊണ്ടാണ് സാമൂഹിക ജീവിത
മുന്നേറ്റത്തിനുതകുന്ന മുൻഗണനാക്രമം, ഭൂപരിഷ്ക്കരണത്തിനും വിദ്യാ
ഭ്യാസത്തിനും ആരോഗ്യത്തിനുമൊക്കെ ലഭിച്ചത്. വികസനത്തിൽ
രാഷ്ട്രീയമില്ല എന്ന് തീർത്തു പറയുന്ന അരാഷ്ട്രീയത, നമ്മുടെ രാഷ്ട്രീയ
പ്പാർട്ടികൾക്കും സ്വീകാര്യമായ ഈ കാലത്ത്, വളർച്ചയ്ക്കും പുരോഗമന
ത്തിനും കൃത്യമായ സോഷ്യലിസ്റ്റ് ഭാഷ്യമുണ്ട് എന്ന് ഉറപ്പിച്ചു പറയാൻ
കരുത്തു നൽകിയത്, ഈ പറഞ്ഞതും അല്ലാത്തതുമായ പോരാട്ടങ്ങ
ളാണ്. ഇന്ത്യയിലെ മറ്റൊരു സംസ്ഥാനത്തും ഇങ്ങനെ സംഭവിച്ചില്ല
എന്നതും ഇതിനൊപ്പം പറയണം.

ഇൻസൈറ്റ് പബ്ലിക്ക 'സമരചരിത്രപരമ്പര' എന്ന പൊതുപേരിൽ
ഇങ്ങനെ ഒരു കൂട്ടം പുസ്തകങ്ങൾ പ്രസിദ്ധീകരിക്കുമ്പോൾ അതിൽ
എന്റെ പങ്ക് വളരെ വളരെ ചെറുതാണ് എന്ന പറയട്ടെ. 'നവോത്ഥാന
പരമ്പര' എന്ന പേരിൽ ഇൻസൈറ്റ് പ്രസിദ്ധീകരിച്ച പുസ്തകങ്ങൾ

മികച്ച വായനാനുഭവമായിരുന്നു. അതു ചൂണ്ടിക്കാട്ടി സുമേഷിനോട് ഇങ്ങനെയൊരു സാദ്ധ്യതയുണ്ട് എന്നു പറഞ്ഞു. പിന്നെ ഓരോ പുസ്തക ത്തിനും ഗ്രന്ഥകാരനെ കണ്ടെത്തി. അവരെ ഫോണിലൂടെയും വാട്ട്സാ പ്പിലൂടെയും കഴിഞ്ഞ രണ്ടു വർഷമായി നിരന്തരം ഓർമ്മപ്പെടുത്തി. ഇത്ര മാത്രമാണ് എന്റെ പണി.

ചരിത്ര രചന ഒട്ടും എളുപ്പമുള്ള കാര്യമല്ല. കമ്മ്യൂണിസ്റ്റ് ചരിത്രമാ കുമ്പോൾ പ്രത്യേകിച്ചും. അപാകതകൾ ഉണ്ടാക്കി, പിന്നെയത് കണ്ടു പിടിക്കുന്ന തീവ്ര വലതുപക്ഷം കക്ഷിരാഷ്ട്രീയത്തിൽ വിജയിച്ചു നിൽക്ക കയും ഭരണവർഗ്ഗമാക്കുകയും ചെയ്യു ഈ സന്ദർഭത്തിൽ വളരെയധികം സൂക്ഷ്മത ആവശ്യമുള്ള ഒരു കർമ്മമാണിത്. ഡോ. സി. ബാലൻ (കയ്യൂർ), ഡോ. ജിനേഷ് കുമാർ എരമം (മുനയൻകുന്ന്) എ. പത്മനാഭൻ (കാവുമ്പായി), കെ. ബാലകൃഷ്ണൻ (പാടിക്കുന്ന്), ദാമോദരൻ (മൊറാഴ), വി. കെ. സുരേഷ് (ഒഞ്ചിയം), എൻ. എം. പിയേഴ്സൺ (ഇടപ്പള്ളി), സി. എസ്. സുരേഷ് (പുന്നപ്ര - വയലാർ), എൻ. കെ. ഭുപേഷ് (ശ്രരനാട്) എന്നിവരാണ് ഈ സംരംഭത്തിൽ വളരെ സന്തോഷത്തോടും ആത്മാർ ത്ഥതയോടും പങ്കെടുത്തത്. അവരോട് നന്ദി പറഞ്ഞു തീർക്കാനാവില്ല.

ഇൻസൈറ്റ് പബ്ലിക്കയാണ് ഇത് ഏറ്റെടുത്തത് എന്നതുകൊണ്ട് അവർക്കും പ്രത്യേകിച്ച് കൃതജ്ഞത അടയാളപ്പെടുത്തുന്നില്ല.

ഉള്ളടക്കം

ആമുഖം

അതിപുരാതനവും സമ്പന്നവുമായ ചരിത്രസംഭവങ്ങളുടെ രംഗഭൂമിയുടെ ഭാഗമാണ് മൊറാഴ ഗ്രാമവും. ശിലായുഗം മുതല്ലുള്ള ചരിത്രശേഷിപ്പുകൾ മൊറാഴയിൽനിന്നും പരിസര പ്രദേശങ്ങളിൽനിന്നും കണ്ടെത്തിയിട്ടുണ്ട്. ആര്യവത്ക്കരണത്തിന് മുമ്പ്തന്നെ ബ്യദ്ധമതത്തിന് ശക്തമായ സ്വാധീനമുള്ള കേന്ദ്രങ്ങളിൽ ഒന്നായിരുന്ന ഈ ഗ്രാമം. മൊറാഴയിൽ പലയിടങ്ങളിലായി കിടക്കുന്ന നാഗങ്ങൾ, കാവുകൾ, കോട്ടങ്ങൾ തുടങ്ങിയ അനാര്യ ആരാധനകളുമായി ബന്ധപ്പെട്ട ഇടങ്ങളും അവയുടേതായ മിത്തുകളും ഇത് വിളിച്ചോതുന്നുണ്ട്. ഇത്തരം സ്ഥലങ്ങളിലെ നാമമാത്രമായ ശിലാനിർമ്മിതികളുടെ കാലംബാക്കിവെച്ച അവശിഷ്ടങ്ങൾ ഇതിന് തെളിവാണ്. മാങ്ങാട്ട്പറമ്പ് യൂണിവേഴ്സിറ്റി ക്യാമ്പസിന്ന് വടക്കഭാഗത്തുള്ള നീലിയാർ കോട്ടം, കോട്ടത്തിന്റെ ഭാഗമായി 13 ഏക്കറിലേറെ വ്യാപിച്ച് കിടക്കുന്ന ജൈവവൈവിധ്യങ്ങളുടെ കലവറയായ കോട്ടത്തിൻകാട് അതിനകത്തുള്ള മണിക്കിണറുകൾ എന്നറിയപ്പെടുന്ന പ്രത്യേകതരം കിണറുകൾ, വിഗ്രഹങ്ങളില്ലാത്ത ആരാധനാ കേന്ദ്രം, തൊട്ടടുത്തുതന്നെ സ്ഥിതി ചെയ്യുന്ന ശിലാഗ്രഹകൾ ഒക്കെ ഇതൊരു ബ്യദ്ധമതകേന്ദ്രം ആയിരുന്നതിന് ശക്തമായ തെളിവുകളാണ്. അതോടൊപ്പം വടക്കേ മലബാർ ഗ്രാമങ്ങളിൽ പൊതുവെ കാണപ്പെടുന്നതും നമ്മുടെ സാംസ്ക്കാരിക പൈതൃകത്തിന്റെ ഭാഗവുമായ വിവിധ തെയ്യക്കോലങ്ങളുടെ ആരാധനാലയങ്ങൾ, നാട്ടുപരദേവതാ സങ്കല്പങ്ങൾ തുടങ്ങിയവയെക്കൊണ്ട് സമ്പന്നമാണ് മൊറാഴ ഗ്രാമവും. സങ്കല്പങ്ങളുടെ മൂർത്തരൂപത്തില്ലുള്ള ആവിഷ്ക്കാരങ്ങളാണല്ലോ തെയ്യക്കോലങ്ങൾ. തറവാട്ടുകളിൽ

കാലാകാലങ്ങളിൽ തൊണ്ടച്ചൻ, വീരൻ, ചൊന്നമ്മ, തായ്യരദേവത തുടങ്ങിയ കെട്ടിആടലുകൾ, പിതൃ-മാതൃ-കാരണവ പൂജകളുടെ ഭാഗ മാണെന്ന് കാണാം. മൃഗാരാധന, വൃക്ഷാരാധന, ദുർഗ്ഗാദേവാരാധന (ഭഗവതി), കന്യകാരാധന, ദേവാരാധന, നിണപൂജ തുടങ്ങിയവയിൽ ഗോത്ര-ദ്രാവിഡ ആരാധനാസമ്പ്രദായങ്ങൾ കൂടികലർന്നിട്ടുണ്ടെന്ന് കാണാം. മൊറാഴയിലെ ആനയോട്ട് കാവ്, പണേരിക്കാവ്, കുവപ്രത്ത് കാവ്, പോന്നോംകൈകാവ്, നെല്ലിയോട് കാവ്, ഇടപ്പാറ ഭഗവതി ക്കാവ് തുടങ്ങിയ ആരാധനാലയങ്ങൾ മേൽപ്പറഞ്ഞ ഗോത്ര-ദ്രാവിഡ ജീവിതരീതിയുടെ ഭാഗമായി രൂപംകൊണ്ടതാവാം. അതോടൊപ്പം ദളിത് ജനവിഭാഗങ്ങളുടെ ഒട്ടേറെ കോട്ടങ്ങളും ഈ ഗ്രാമത്തിലുണ്ട്. ഇവിടങ്ങളിലെ ആചാര അനുഷ്ഠാനങ്ങൾ വിവിധ കാലഘട്ടങ്ങളിലൂടെ പരിവർത്തനവിധേയമായിട്ടുള്ളതുമാണ്. ആ പ്രക്രിയ ഇപ്പോഴും തുടര ന്നുമുണ്ട്. കാവുകളുടേയും കോട്ടങ്ങളുടേയും പേരുകൾ ക്ഷേത്രങ്ങളായി മാറുന്ന പ്രവണതയും അടുത്തകാലത്തായി വർദ്ധിച്ചവരുന്നു.

കടമ്പേരി ചുഴലി ഭഗവതിക്ഷേത്രം, മൊറാഴ ശിവക്ഷേത്രം, പാന്തോട്ടം ശിവക്ഷേത്രം, വാണീശ്വരം ഭഗവതിക്ഷേത്രം, തിരുവ ണ്ണാപുരം വിഷ്ണുക്ഷേത്രം തുടങ്ങിയവ ആര്യാധിനിവേശത്തെ തുടർന്ന് സ്ഥാപിക്കപ്പെട്ടവയാണെന്ന് അനുമാനിക്കുന്നു. ആദികുളങ്ങര മഹാവി ഷ്ണുക്ഷേത്രം, മോലോന്തടം ശിവക്ഷേത്രം എന്നിവയുടെ അവശിഷ്ടങ്ങളും ഈ ഗ്രാമത്തിൽ ഉണ്ട്. ക്ഷേത്രങ്ങൾ എല്ലാംതന്നെ ജാതി-ജന്മി-നാട്ടുവാ ഴിത്ത വ്യവസ്ഥയുടെ ഭാഗവും ആവ്യവസ്ഥയുടെ പരിപാലന കേന്ദ്രങ്ങളും ആയിരുന്നു. ഇങ്ങനെ ദ്രാവിഡവും ആര്യവ്യമായ അനുഷ്ഠാനങ്ങളുടെ സങ്കരമാണ് മറ്റപ്രദേശങ്ങളിലേതുപോലെ മൊറാഴയിലേയും ആരാ ധനാക്രമങ്ങൾ. മൊറാഴയിലെ ഇസ്ലാംമത വിഭാഗങ്ങൾ കേരളത്തിൽ ഇസ്ലാംമത പ്രചാരണ ആരംഭ ഘട്ടത്തിൽ തന്നെ എത്തിച്ചേർന്നതായി പറയപ്പെടുന്നു. ക്രിസ്തീയ ജനവിഭാങ്ങൾ ഈ അടുത്തകാലത്താണ് മൊറാഴയിൽ കുടിയേറിവന്നിട്ടുള്ളത്.

മൊറാഴ എന്ന സ്ഥലനാമത്തിന്റെ ഉൽപ്പത്തി സംബന്ധിച്ച് വ്യ ക്തമായ തെളിവുകൾ ലഭ്യമല്ല. ആര്യാധിനിവേശത്തിന്റെ ഭാഗമായി കേരളത്തിൽ രൂപംകൊണ്ട 64 ഗ്രാമങ്ങളിൽ സമ്പത്കൊണ്ടും പ്രശ സ്തികൊണ്ടും ഒന്നാമതായ പെരിഞ്ചല്ലൂർ ഗ്രാമാതിർത്തി വളപട്ടണം പുഴ വരെ കണക്കാക്കിയിരുന്നു. പെരിഞ്ചല്ലൂർ ഗ്രാമത്തിന്റെ ഭാഗമായിരുന്ന മൊറാഴയും. പെരിഞ്ചല്ലൂർ ആണല്ലോ തളിപ്പറമ്പ് ആയത്. 'സംഘം കൃതികളിലും' അയ്യലന്റെ മൂഷിക വംശത്തിലും, ചെല്ലൂർ നാഥോദയം ചമ്പുവിലും, ഉണ്ണിനീലി സന്ദേശത്തിലും ചെല്ലൂരിനെ അഥവാ

തളിപ്പറമ്പിനെ വർണ്ണിച്ചിട്ടുണ്ട്. തളിപ്പറമ്പിൽ തുടർച്ചയായുണ്ടായ ആര്യ കുടിയേറ്റത്തിന്റെ ഭാഗമായ ജനബാഹുല്യം മൂലം താരതമ്യേന ജനസാന്ദ്രത കുറഞ്ഞ ചുറ്റുമുള്ള പ്രദേശങ്ങളിലേക്കും വ്യാപിച്ചിരിക്കാം. ആര്യവൽക്കരണത്തെ തുടർന്ന് കേരളത്തിലെ സ്ഥലനാമങ്ങളിൽ വലിയ മാറ്റങ്ങൾ സംഭവിച്ചിട്ടുണ്ടെന്നുള്ളത് വസ്തുതയാണ്. സ്ഥലനാമങ്ങ ളുടെ മാറ്റത്തിൽ നിലവില്ലുണ്ടായിരുന്ന സ്ഥലപേരുകൾ മാറ്റി അവയെ സംസ്കൃതഭാഷയിലേക്ക് പരിവർത്തനം ചെയ്യും ആര്യവത്ക്കരണത്തി ന്റെ ഭാഗമായി അനുയോജ്യമായ ഏതെങ്കിലും മിത്തുകൾ ഉപയോ ഗിക്കുകയോ ചെയ്തതായി കാണാം. ഇത് അധീശത്വം ഉറപ്പിക്കുന്ന ഇടപെടലുകളുടെ ഭാഗംകൂടി ആവാം. മൊറാഴ എന്ന സ്ഥലനാമത്തിന്റെ പിറകിലും ഇത്തരം കെട്ടിയേൽപ്പിക്കപ്പെട്ട മിത്ത് നിലനിൽക്കുന്നുണ്ട്. അത് ഇങ്ങിനെയാണ്. "ഒരുദിവസം ത്രിമൂർത്തികൾ മൂവരും തേരിലേറി ആകാശമാർഗ്ഗേണ സഞ്ചരിക്കുമ്പോൾ പ്രകൃതി മനോഹരമായ ഒരു ഭൂപ്രദേശം കാണുന്നു. അതീവസന്തുഷ്ടരായ മൂവരും താഴെ ഭൂമിയിലേ ക്കിറങ്ങുന്നു. മൂവർ താഴെ ഇറങ്ങിയ സ്ഥലത്തിന് മൂവർതാഴെ എന്ന് വിളിച്ച് വന്നുപോല്യം. ക്രമേണ അത് മൊറാഴയായി എന്ന് പറഞ്ഞുവ രുന്നു. തേരിറങ്ങിയ കുന്ന് തേരോംകുന്ന്. മൊറാഴ ശിവക്ഷേത്രത്തിന് അടുത്ത് സ്ഥിതിചെയ്യുന്ന കുന്നിന്റെ ഇപ്പോഴുള്ള പേരും തേരോംകുന്ന് എന്നാണ്. ആര്യവത്ക്കരണത്തിൽ സ്ഥലനാമങ്ങളെ പുനർനാമ കരണം ചെയ്തതിന്റെ ഭാഗമായി മാത്രമേ ചരിത്രാന്വേഷികൾ ഈ സങ്കല്പത്തെ കാണുന്നുള്ളൂ.

മലബാർ മാന്വൽ രചയിതാവായ വില്യംലോഗൺ 1805-06 വരെയുള്ള തീരദേശ നാട്ടുകളെ കുറിച്ച് രേഖപ്പെടുത്തിയിട്ടുണ്ട്. അതിൽ കോലത്തിരി അഥവാ കോലത്തുനാട് അരചൻ പരമാധികാരത്തിൽ ഇരുന്നതായി കരുതപ്പെടുന്ന കോലത്തുനാടിന്റെ പരിധിയിൽപെട്ട ആധുനിക ചിറക്കൽ താലൂക്കിന്റെ ഭാഗമായ 36 അംശങ്ങളിൽ ഒന്നാണ് മൊറാഴ അംശവും.

മൂഷികവംശത്തിന്റെ കീഴിലായിരുന്ന ആദ്യകാല ഏഴിമലരാജ്യത്തി ന്റെയും പിന്നീട് കോലത്ത് നാടിന്റെയും ഭാഗമായിരുന്ന മൊറാഴയും. പടിഞ്ഞാറ് അറബിക്കടൽ മുതൽ കിഴക്ക് കുടക് വരെയുള്ള പ്രദേ ശങ്ങളിൽനിന്നും ശേഖരിച്ചിരുന്ന വനവിഭവങ്ങളും മറ്റ് കാർഷിക ഉല്പന്നങ്ങളും തീരദേശങ്ങളിലേക്കും എണ്ണ, ഉപ്പ്, ഉണക്കിയ കടൽ വിഭവങ്ങൾ മുതലായവ മലയോര മേഖലയിലേക്കും എത്തിച്ചിരുന്ന വ്യാപാരപഥങ്ങളെപ്പറ്റി പലസഞ്ചാരികളും രേഖപ്പെടുത്തിയിട്ടുണ്ട്. പല തോറ്റംപാട്ടുകളിലും ഈ സഞ്ചാരപഥങ്ങൾ കടന്നുപോകുന്ന

ദേശങ്ങളെപ്പറ്റിയും ദേശവാഴികളെ പറ്റിയും അവിട്ടത്തെ സവിശേ ഷതകളെപ്പറ്റിയും സവിസ്തരം വർണ്ണിക്കുന്നുണ്ട്. തീരദേശങ്ങളിൽ ശേഖരിച്ചവെക്കുന്ന ഇത്തരം വിഭവങ്ങൾ വലിയപത്തേമാരികളിൽ കയറ്റി പുറംരാജ്യങ്ങളുമായി വ്യാപാരം നടത്തിയിരുന്നു. പ്രധാനമായും രണ്ട് ശേഖരണ കേന്ദ്രങ്ങൾ ഉണ്ടായിരുന്നു. മേലെനിന്നു ശേഖരിച്ചത് സൂക്ഷിക്കുന്നതും കീഴെനിന്ന് ശേഖരിക്കുന്നത് സൂക്ഷിക്കുന്നതും മേലറയും കീഴറയും. മേലറ ക്രമേണ മൊറാഴയായും കീഴറ ഇന്നത്തെ കീഴറത നെയെന്നും അനുമാനിക്കാവുന്നതാണ്. ചിറക്കൽ കോവിലകത്തിന്റെ ഭാഗമായി പ്രാദേശികമായി പ്രവർത്തിച്ചിരുന്നതും ഇന്നും നിലനിൽ ക്കുന്നതും ആയ കീഴറകോവിലകം ഈ വ്യാപാരത്തെയും ജനജീവിത ത്തെയും നിയന്ത്രിച്ചിരുന്ന പ്രാദേശിക ഭരണകേന്ദ്രമായിരിക്കാം. അന്ന് മുഖ്യമായും മറ്റ് പ്രദേശങ്ങളുമായുള്ള വ്യാപാരബന്ധങ്ങൾ ജലമാർഗ്ഗമാ യിരുന്നുവല്ലോ. മൊറാഴയുടേയും കീഴറയുടേയും വടക്കഭാഗത്തൂക്കൂടി ഒഴുകുന്ന പുഴവഴിയാണ് വാണിജ്യവസ്തുക്കൾ പത്തേമാരിയിൽ കയറ്റി കൊണ്ടുപോയിരുന്നത്. അതിന് മുമ്പ് സാധനങ്ങളുടെ അളവ് ഭക്കം കണക്കാക്കേണ്ടതുണ്ട്. അക്കാലത്ത് അളവ് ഭക്കം തിട്ടപ്പെടുത്തിയിരു ന്നത് 'വെള്ളിക്കോൽ' എന്ന ഒരുതരം ത്രാസ് ഉപയോഗിച്ചായിരുന്നു. ചങ്കം, ടോൾ ഗേയ്റ്റ് തുടങ്ങിയ സ്ഥലനാമങ്ങൾ അത്തരം സേവനങ്ങൾ നൽകിയിരുന്ന സ്ഥലത്തിന് വിളിക്കപ്പെട്ടതുപോലെ വെള്ളിക്കോലിൽ ഭക്കംനോക്കുന്ന സ്ഥലത്തിന് ആ പേര് സിദ്ധിച്ചുവെന്നും പിന്നീടത് വെള്ളിക്കീൽ ആയി എന്നും പറയപ്പെടുന്നു. ഇന്നത്തെ വെള്ളിക്കീൽ പ്രദേശമാണിത്. ഇവിടെ കയറ്റിറക്ക് മതിക്ക് സൗകര്യപ്രദമാകുമാറ് വലിയ കരിങ്കല്ല് ബ്ലോക്ക്കൾ കൊണ്ട് നിർമ്മിച്ച പുഴയോര ഭിത്തിയുടെ അവശിഷ്ടങ്ങൾ അടുത്തകാലംവരെ ഉണ്ടായിരുന്നു. ഇത്രവലിയ കല്ല് ഉപയോഗിച്ച് ഇതാര്? എപ്പോൾ നിർമ്മിച്ചുവെന്ന് അന്വേഷിച്ചപ്പോൾ അത് 'ഭൂതത്താൻമാർ' കെട്ടിയതാണെന്നാണ് തലമുറകളായി പകർന്ന വിശ്വാസത്തിന്റെ ഭാഗമായി മറുപടി ലഭിച്ചത്. പ്രാദേശിക ചരിത്ര രചന യുമായി ബന്ധപ്പെട്ട ചരിത്രാന്വേഷികളിൽ ചിലർ മൊറാഴ സ്ഥലനാമ വുമായി ബന്ധപ്പെട്ട് ഇത്തരം ഒരു പരാമർശം നടത്തിയിട്ടുണ്ട്.

വർണ്ണാശ്രമധർമ്മങ്ങളിൽ അധിഷ്ഠിതമായ സാമൂഹ്യജീവിതം ആര്യവതികരണത്തിന് ശേഷം നൂറ്റാണ്ടുകളായി ഇവിടെയും തുടർന്നു. വിവിധ ജാതികൾക്കും ഉപജാതികൾക്കും തൊഴിൽ വിഭജനം കൃത്യമായി നടപ്പിൽവരുത്തി. എന്തുചെയ്യണം എന്തുചെയ്യരുത് എന്നി ങ്ങനെ വിധി-നിഷേധങ്ങൾ കർക്കശമായി പരിപാലിച്ചുപോന്നു. തുണി നെയ്ത്ത്, മൺപാത്ര നിർമ്മാണം, ഇരുമ്പ് പണി, കല്ല് ചെത്ത്,

എണ്ണയാട്ട്, മരപ്പണി, വസ്ത്രം അലക്കൽ, ക്ഷുരകവൃത്തി, മത്സ്യബന്ധനം, കച്ചവടം തുടങ്ങിയ തൊഴിൽ മിക്കവാറും ജാതി അടിസ്ഥാനത്തിൽ ചെയ്യവന്നു. ചെരുപ്പ് നിർമ്മിക്കുന്ന വിഭാഗം പിൽക്കാലത്ത് അറത്തി പ്പുറമ്പിൽനിന്നും ബക്കളത്ത് കുടിയേറിയവരാണ്. ബക്കളത്തെ ഇരുമ്പ് പണിയിൽ ഏർപ്പെട്ട കുടുംബം തങ്ങളുടെ പൂർവ്വികർ 250 വർഷങ്ങൾക്ക് മുമ്പ് അഴീക്കോട് മണലിൽ നിന്നും കുടിയേറിയവരാണെന്ന് സൂചിപ്പി ക്കുകയുണ്ടായി. ഓരോ ജാതി വിഭാഗത്തിനും വ്യത്യസ്തരീതിയില്ലുള്ള ആടയാഭരണങ്ങൾ നിശ്ചയിച്ചിരുന്നത് ഇവരെ തിരിച്ചറിയുന്നതിനുവേ ണ്ടിയായിരുന്നു. ബ്രഹ്മസ്വം, ദേവസ്വം, ജന്മം, പുറമ്പോക്ക് എന്നിങ്ങനെ ഭൂമിയുടെ അവകാശം തരംതിരിച്ചിരുന്നു.

താമസിക്കുന്ന ആളുടെ ജാതിക്കനുസരിച്ചാണ് താമസിക്കുന്ന സ്ഥലം അറിയപ്പെട്ടിരുന്നത്. അടിയാളായ പുലയൻ ചാളയിൽ താമ സിക്കുന്നു. പറയന്റെ വീട് ചേരി എന്നറിയപ്പെട്ടിരുന്നു. കൊല്ലൻ, തട്ടാൻ, ആശാരി, നെയ്ത്തുകാരൻ, കള്ള് ചെത്തുന്നവൻ എല്ലാം താമസിക്കുന്ന വീട് 'പുര' അല്ലെങ്കിൽ കുടി എന്നറിയപ്പെട്ടിരുന്നു. ക്ഷേത്രോപജീവിതങ്ങൾ 'വാര്യയത്ത്' ആണ്. സാധാരണ നായർ താമസിക്കുന്നത് 'വീട്' അല്ലെ ങ്കിൽ 'ഭവനം,' അധികാര സ്ഥാനത്തുള്ള നായൻമാർ താമസിക്കുന്നത് 'ഇടത്തിലാണ്'. നമ്പൂതിരിമാർ താമസിക്കുന്ന വീടിന് 'ഇല്ലം' എന്നും ആഢ്യൻ നമ്പൂതിരിമാർ താമസിക്കുന്ന വീട് 'മന' അഥവാ 'മനയ്ക്കൽ' എന്നും അറിയപ്പെട്ടു. ജന്മിമാർ ഗ്രാമത്തിന് പുറത്തുള്ളവർ ആയതിനാൽ ഇവിടെ 'ഇടം' ഉള്ളതായി അറിവില്ല. അതുപോലെ മനയും. താഴ്ന്ന ജാതി ക്കാർക്ക് എന്തായാലും തങ്ങളുടെ വീടിനെപ്പറ്റി തനതുപേരിൽ മേൽ ജാതിക്കാരുടെ മുമ്പിൽ ഉച്ചരിച്ചുകൂടായിരുന്നു. മേലാളന്മാരുടെ മുമ്പിൽ സ്വന്തം വസതിയെ കുപ്പാടം, ചാണകക്കുണ്ട് എന്നൊക്കെയാണ് പറയേ ണ്ടത്. സ്വയംവിളിക്കുന്നതിനും മേലാളന്മാരുടെ മുമ്പിൽ സംസാരിക്ക ന്നതിനും കീഴ്ജാതിക്കാർക്ക് പ്രത്യേകം ശൈലികൾ ഉണ്ടായിരുന്നു. സ്വയം നിന്ദിക്കാനും അധഃമനാണ് തങ്ങളെന്ന് പറയാനും നിർബ ന്ധിക്കപ്പെട്ടിരുന്നു. 'ആദ്യകാല വീടുകളുടെ ഭിത്തിയും തറയും ചാണക മെഴുകിയിരുന്നു. മണ്ണ്, കല്ല്, തെങ്ങിൻതടി, ഓല, മുള എന്നിവ വീട് നിർമ്മാണത്തിന് ഉപയോഗിച്ചു. പുല്ലുകൊണ്ട് മേൽക്കുര പുതച്ചു. ഓട് മേഞ്ഞ വീടുകൾ വളരെക്കുറവായിരുന്നു. ദളിതന്റെ വീട് ഓട് മേയ്യുന്ന തിന് ജന്മിയുടെ അനുവാദം ലഭിക്കേണ്ടതുണ്ട്. ഓട് മേയുന്നതിന് 'ചാള ചോപ്പിക്കുക' എന്നാണ് പറഞ്ഞിരുന്നത്. "ചാളചോപ്പിക്കുവാൻ" കാര്യ സ്ഥൻമാർ മുഖാന്തിരം ജന്മിക്ക് അപേക്ഷ സമർപ്പിക്കണമായിരുന്നു.

ആറ്റാണ്ടുകൾ ബാഹ്യമായ യാതൊരു ഇടപെടലും ഇല്ലാത്തതിനാൽ ഈ അവസ്ഥ മാറ്റമില്ലാതെ മൊറാഴയിലും തുടർന്നു.

ജാതി-ജന്മി-നാട്ടുവാഴിത്തമെന്ന് വിവക്ഷിക്കപ്പെട്ട ഈ സാമൂഹ്യ അവസ്ഥയ്ക്ക് ഇരുപതാംനൂറ്റാണ്ടിന്റെ ആദ്യ ദശകങ്ങളിൽ ചെറിയ മാറ്റ ങ്ങൾ ഉണ്ടാകാൻ തുടങ്ങി. നവോത്ഥാന പ്രസ്ഥാനത്തെ പിന്തുടർന്ന് ദേശീയ പ്രസ്ഥാനത്തിന്റെ അലയൊളികൾ മൊറാഴയിലും പ്രകടമായി. വടക്കേ മലബാറിൽ ദേശീയ പ്രസ്ഥാനത്തിന്റെ പ്രവർത്തനങ്ങൾ ആരംഭിക്കുന്നതോടെ മൊറാഴയുടെ ഭാഗമായ ബക്കളം ഒരു ശ്രദ്ധാകേ ന്ദ്രമായി മാറുകയായിരുന്നു. 1920 കളുടെ മദ്ധ്യത്തോടെ കല്യാശ്ശേരി, ബക്കളം, പറശ്ശിനിക്കടവ് പ്രദേശങ്ങളിൽ ദേശിയ പ്രസ്ഥാനത്തിന്റെ സന്ദേശങ്ങൾ ജനമനസ്സുകളിൽ അനുരണനങ്ങൾ സൃഷ്ടിച്ചു. ക്രമേണ ബക്കളം ചുറ്റുമുള്ള പ്രദേശങ്ങളുടെ രാഷ്ട്രീയ കേന്ദ്രമായി വളർന്നു.

ബക്കളത്തിനടുത്ത് സ്ഥിതിചെയ്യുന്ന മാങ്ങാട്ടപറമ്പ് ഇന്ന് ഒരു പട്ടണമായി രൂപ പരിണാമം പ്രാപിച്ചവരികയാണ്. മാങ്ങാട്ടപറമ്പ് സർക്കാരിന് കൈവശാധികാരമുള്ള പുറമ്പോക്ക് ഭൂമിയാണ്. ഇത് സർക്കാർ ഭൂമിയായി നിലനിർത്തുന്നതിൽ മാങ്ങാട്ടപറമ്പിലെ കല്ല് കൊത്ത് തൊഴിലാളികൾ നിർണ്ണായകമായ പങ്ക്‌വഹിച്ചിട്ടുണ്ട്. ചുറ്റുമുള്ള പാവപെട്ട കൃഷിക്കാർ ഒരു ഉപ തൊഴിൽ എന്ന നിലയിൽ മാങ്ങാട്ടപറമ്പിൽനിന്നും കല്ല് കൊത്തിയിരുന്നു. കൂടാതെ ഇവിടെനിന്ന് പറിച്ചെടുത്തിരുന്ന പുല്ല്കൊണ്ടാണ് ചുറ്റുമുള്ള പ്രദേശങ്ങളിലെ ജനങ്ങൾ അവരുടെ പുര മേഞ്ഞിരുന്നത്. തഹസിൽദാർമാരുടെ അനുമതി പത്രം പുല്ല് പറിച്ചെടുക്കുന്നതിന് ആവശ്യമായിരുന്നു. അനധികൃതമായി പുല്ല് പറിച്ചെടുത്തതിന് നാട്ടുകാർക്കെതിരെ 'പുല്ല്പറി' കേസ് ഉണ്ടാകാറു ണ്ട്. കല്ല് കൊത്തിയെടുക്കുന്നതിന് ഒരു ചെറിയതുക കല്ലുകൊത്ത് തൊഴിലാളികളിൽനിന്നും സർക്കാർ വസൂലാക്കിയിരുന്നു. അതിന് തൊഴിലാളികൾക്ക് തഹസിൽദാർ രശീതിയും നൽകിയിരുന്നു. കല്ലുകൾ കാളവണ്ടിയിൽ കയറ്റി കുറ്റിക്കോലിൽ എത്തിക്കുകയും അവിടെ നിന്ന് തോണിവഴി പഴയങ്ങാടി, മാട്ടൂൽ, ചെറുകുന്ന്, മടക്കര പ്രദേശങ്ങളിൽ വില്പനയും നടത്തിയിരുന്നു. ചെറുകുന്ന് അമ്പലത്തിന്റെ പുനർനിർമ്മാ ണത്തിന് മാങ്ങാട്ട് പറമ്പിലെ കല്ല് ഉപയോഗിച്ചിരുന്ന കാര്യം ചൂണ്ടികാ ണിക്കപ്പെട്ടിട്ടുണ്ട്. മാങ്ങാട്ട് പറമ്പ് കല്ല് കൊത്ത് തൊഴിലാളികൾക്ക് 1920 ൽതന്നെ തൊഴിലാളി സംഘടനയുണ്ടായിരുന്നു.

മാങ്ങാട്ടുപറമ്പ് സർക്കാർ പുറമ്പോക്ക് ഭൂമിയായി നിലനിർത്തു ന്നതിൽ കല്ല് കൊത്ത് തൊഴിലാളികൾ വലിയ പങ്ക് വഹിച്ചിട്ടുണ്ട്. ജന്മി കരക്കാട്ടിടം നായനാർ മാങ്ങാട്ട് പറമ്പ് മുഴുവൻ കടമ്പേരി

ദേവസ്വത്തിന്റെ സ്വത്താണെന്ന് അവകാശം ഉന്നയിച്ചിരുന്നു. അത് സാധിച്ച് കിട്ടുന്നതിന് സർക്കാരിനെതിരെ നായനാർ കേസ് കൊട്ടുത്തു. പ്രമാദമായ ഈ കേസിൽ ഒടുവിൽ മദ്രാസ് ഹൈക്കോടതി മാങ്ങാട്ടപറമ്പ് സർക്കാർ പുറമ്പോക്കാണെന്ന് വിധിച്ചു. മദ്രാസ് ഹൈക്കോടതി ഇങ്ങിനെയൊരു വിധിപ്രഖ്യാപിക്കാൻ മുഖ്യകാരണം കല്ലുകൊത്ത് തൊഴിലാളികൾ കോടതിയിൽ നൽകിയ മൊഴികളും അവർ ഹാജരാക്കിയ നികുതി രശീതികളുമായിരുന്നു. കാര്യമായ സംഘടന-രാഷ്ട്രീയ-വിദ്യാഭ്യാസമൊന്നും വേണ്ടത്ര ലഭിച്ചിട്ടില്ലാത്ത അക്കാലത്ത് കരക്കാട്ടിടം നായനാർക്കെതിരെ കോടതിയിൽ മൊഴി കൊടുക്കാനും നികുതി ചീട്ട് ഹാജരാക്കാനും അത് വഴി സർക്കാരിനും തൊഴിലാളികൾക്കും അനുകൂലമായ വിധി സമ്പാദിക്കുവാനും സാധിച്ചത് മൊറാഴയിലും പരിസര പ്രദേശങ്ങളിലും പിന്നീട്ടുള്ള സംഘടന-രാഷ്ട്രീയ മുന്നേറ്റങ്ങൾക്ക് മാർഗ്ഗദർശകമായിത്തീർന്നു.

ദേശീയ പ്രസ്ഥാനത്തിന്റെ ഭാഗമായി രാജ്യത്തിന്റെ വിവിധ ഭാഗ ങ്ങളിൽ നടന്നിരുന്ന പ്രചരണ പ്രക്ഷോഭങ്ങളെ സംബന്ധിച്ചിട്ടുള്ള വാർത്തകൾ 1923 ൽ ആരംഭിച്ച മാതൃഭൂമിയും 1924 ൽ ആരംഭിച്ച - അൽ അമീൻ പത്രവും ജനങ്ങളിൽ എത്തിച്ചിരുന്നു. ആദ്യഘട്ടത്തിൽതന്നെ ഈ പത്രങ്ങൾ ബക്കളത്തും പരിസരഗ്രാമങ്ങളിലും പ്രചരിച്ചിരുന്നു.

1928-ൽ പയ്യന്നൂരിൽനടന്ന കെ.പി.സി.സി.യുടെ നാലാം രാഷ്ട്രീയ സമ്മേളനം വിജയിപ്പിക്കുന്നതിന് കെ.പി.ആർ.ഗോപാലൻ, കെ.വി. നാരായണൻ നമ്പ്യാർ തുടങ്ങിയ യുവാക്കൾ മുൻനിരയിൽനിന്ന് പ്ര വർത്തിച്ചിരുന്നു. ഈ സമ്മേളനത്തിൽ അദ്ധ്യക്ഷത വഹിച്ചുകൊണ്ട് പണ്ഡിറ്റ് ജവഹർലാൽ നെഹ്റു അയിത്താചരണം പോലെയുള്ള സകല സാമൂഹ്യ തിന്മകളെയും എതിർക്കാനും നിർഭയം അവയെ തുടച്ചുനീക്കാനും തൊഴിലാളികളെയും കർഷകരെയും ചൂഷണം ചെയ്യുന്ന തിനെതിരെ പോരാടാനും കോൺഗ്രസ് പ്രവർത്തകരോട് ആഹ്വാനം ചെയ്തു. കോൺഗ്രസിന്റെ ലക്ഷ്യം പൂർണ്ണ സ്വാതന്ത്ര്യ മാണെന്നും പ്രഖ്യാ പിച്ചു. ഇത് ദേശാഭിമാനികളിൽ വലിയ ആവേശമുളവാക്കി.

1930 ലെ നിയമലംഘന പ്രസ്ഥാനത്തിന്റെ ഭാഗമായ ഉപ്പുസത്യാ ഗ്രഹം തൊഴിലാളികളുടെയും കൃഷിക്കാരുടെയും ഇടയിൽ ശരിയായ ദിശാബോധത്തിന് വഴിതെളിയിച്ചു. കോഴിക്കോട് നിന്ന് കെ.കേളപ്പന്റെ നേതൃത്വത്തിൽ പയ്യന്നൂരിലേക്ക് പോയ ഉപ്പ് സത്യാഗ്രഹ ജാഥയ്ക്ക് കല്യാ ശ്ശേരിയിലും ബക്കളത്തും സ്വീകരണം ഒരുക്കിയിരുന്നു. ജാഥകാണാനും നേതാക്കൾ പറയുന്നത് കേൾക്കാനും മാങ്ങാട്ട് പറമ്പിലെ കല്ലുകൊത്ത് തൊഴിലാളികൾ ഉൾപ്പെടെ നിരവധി ജനങ്ങൾ ബക്കളത്ത് ഒത്ത്

കൂടിയിരുന്നു. അവരിൽ പലരും ജാഥയെ തളിപ്പറമ്പുവരെ അനുഗമിച്ചു. ജാഥയുടെ മുമ്പിൽ "സാമ്രാജ്യത്വം വിഴ്ക വിഴ്ക" എന്നഗാനം ഉച്ചത്തിൽ പാടിക്കൊണ്ട് പി. കൃഷ്ണപിള്ള എന്ന കറുത്ത മനുഷ്യൻ നടന്നിരുന്നു. തളിപ്പറമ്പ് കേന്ദ്രീകരിച്ച് നടന്ന മദ്യഷാപ്പ് പിക്കറ്റിംഗിൽ മൊറാഴ, കല്ല്യാശ്ശേരി അംശങ്ങളിൽനിന്നും പ്രത്യേകിച്ച് ബക്കളത്തുനിന്നും വളണ്ടിയർമാർ പങ്കെടുത്തിരുന്നു.

നിയമലംഘന പ്രസ്ഥാനത്തിന്റെ ഭാഗമായി ജയിലിൽ അടക്കപ്പെട്ട കെ.പി.ആർ.ഗോപാലൻ, കെ.പി.ഗോപാലൻ, കേരളീയൻ, വിഷ്ണുഭാ രതീയൻ തുടങ്ങിയ നേതാക്കൾ 1934-ൽ ജയിൽ മോചിതരായി. അവർ ബക്കളം കേന്ദ്രമാക്കി കോൺഗ്രസ് സംഘടനാ പ്രവർത്തന ത്തിന് നേതൃത്വം നൽകി. ബക്കളത്തെ പൗരപ്രമുഖരിൽ പ്രധാനിയും സംസ്കൃത പണ്ഡിതനും ജ്യോതിഷിയും ആയുർവേദ വൈദ്യനും പൂരക്കളി ആചാര്യനും ഒക്കെയായിരുന്ന തരോൽ കണ്ണൻ ഗുരുക്കൾ. ഒട്ടേറെ ശിഷ്യഗണങ്ങളെ ഗുരുകുല സമ്പ്രദായത്തിൽ വിദ്യഅഭ്യസിപ്പി ച്ചിരുന്നു. ജാതീയമായ ഉച്ചനീചത്വങ്ങൾ നോക്കാതെ നമ്പൂതിരിമാർ അടക്കം നിരവധി പഠിതാക്കൾ അദ്ദേഹത്തിന്റെ ശിഷ്യഗണങ്ങളിലു ണ്ടായിരുന്നു. കണ്ണൻ ഗുരുക്കളെ പ്രസ്ഥാനവുമായി അടുപ്പിക്കാൻ കേരളീയന് കഴിഞ്ഞു. അതിന് ഇടക്കം കുറിച്ചത് കേരളീയന്റെയും വിഷ്ണുഭാരതീയന്റെയും സംസ്കൃത പാണ്ഡിത്യമായിരുന്നു. പുരോഗമന വാദിയായ കണ്ണൻഗുരുക്കൾ കുറ്റിക്കോൽ ഹരിജൻ വിദ്യാലയത്തിലെ അധ്യാപകർക്ക് അവർ ഹരിജൻ വിദ്യാർത്ഥികളെ പഠിപ്പിക്കുന്നവ രായതിനാൽ അവിടെനിന്ന് ഭക്ഷണം ലഭിക്കാത്ത സ്ഥിതിയുണ്ടായി. ഇതിനെ തുടർന്ന് തന്റെ വീട്ടിൽനിന്നും സ്ഥിരമായി ആ അധ്യാപകർക്ക് ഭക്ഷണം ലഭ്യമാക്കുകയുണ്ടായി. ബക്കളത്ത് ആരംഭിച്ച മാപ്പിള സ്കൂളിൽ അന്യമതസ്ഥർ കുട്ടികളെ ചേർക്കാൻ തയ്യാറായില്ല. ഗുരുക്കൾ തന്റെ പേരക്കിടാവിനെ മാപ്പിള സ്കൂളിൽ ചേർത്തുകൊണ്ട് മാതൃക കാണിച്ചു. സോഷിലിസ്റ്റുകളും കമ്മ്യൂണിസ്റ്റുകാരുമായും സംസാരിക്കുന്നതുപോലും പീഡനം വിലകൊടുത്തുവാങ്ങലായ ഒരു കാലത്ത് കമ്മ്യൂണിസ്റ്റ് കാർക്ക് തന്റെ വീട്ടിൽ കിടക്കാനും ഭക്ഷണം നൽകാനും ഗുരുക്കൾ തന്റെടം കാണിച്ചു. ഈ ബന്ധം മൊറാഴ വില്ലേജ് കർഷകസംഘത്തിന്റെ രൂപീ കരണത്തിനും അദ്ദേഹത്തിന്റെ സഹോദരൻ തരോൽ കുട്ട്യപ്പ കർഷക സംഘം മൊറാഴ വില്ലേജ് കമ്മിറ്റിയുടെ പ്രസിഡന്റായി തീരുന്നതിനും വഴിയൊരുക്കി. കെ.പി.ആർ.രയരപ്പൻ ബക്കളം എ.കെ.ജി.മന്ദിരം ഉദ്ഘാടന സ്മരണികയിൽ എഴുതി. "തരോൽ കുഞ്ഞിരാമൻ മാസ്റ്റർ, തരോൽ ഗോവിന്ദൻ, തരോൽ ഒതേനൻ, കടമ്പേരി ഭാഗത്തുനിന്ന്

സി.കെ.പണിക്കർ, പിള്ളയാടി ഗോവിന്ദൻ നായർ, അനുജൻ ബാല കൃഷ്ണൻ നായർ തുടങ്ങി നിരവധി ചെറുപ്പക്കാർ കോൺഗ്രസ്സ്-വായ നശാല പ്രവർത്തകരായി മുന്നോട്ടുവന്നു. ആയുർവേദ ചികിത്സയിൽ പ്രാവീണ്യം സിദ്ധിച്ചവരായിരുന്ന മൊറാഴയിലെ കൃഷിക്കാരിൽ പലരും. ആയുർവേദ വൈദ്യന്മാർ കൂടിയായിരുന്ന സി.പി.കേളു പെരുമലയൻ, അനുജൻ കണ്ണൻ പെരുമലയൻ, കെ.വി.ചന്തുമാസ്റ്റർ തുടങ്ങിയവർ കർഷകസംഘത്തിന്റെ ബന്ധുക്കളായി മാറി. മുത്തർ കുടുംബം, ചൊട്ട കുടുംബം, തരോൽ കുടുംബം തുടങ്ങി മൊറാഴ, കാന്തൽ ഭാഗങ്ങളിലെ മുഴുവൻ കർഷക കുടുംബങ്ങളും കർഷകസംഘം കെട്ടിപ്പടുക്കുന്നതിൽ മുന്നോട്ട് വന്നു. തൈക്കോൽ കണ്ണൻ വൈദ്യർ, കെ.പി.കുഞ്ഞപ്പ, പൂഞ്ഞേൻ കണ്ണൻ തുടങ്ങിയവരും ത്യാഗപൂർവം പ്രവർത്തിച്ച കർഷക യുവാക്കൾ ആയിരുന്നു. ബക്കളത്തുള്ള ഒരു പീടിക മുറിയിൽ താമസി ച്ചിരുന്ന കാളവണ്ടി ഉടമ കണ്ണക്കാരൻ അന്തുമാൻ കേരളീയന് എല്ലാ സഹായവും ചെയ്തുകൊടുക്കുന്ന ഒരു പ്രചാരകനായി മാറി. മൊറാഴയുടെ എല്ലാഭാഗത്തും കർഷകപ്രസ്ഥാനം പടർന്നു പിടിച്ചു."

ബക്കളത്തെ ആദ്യകാല കോൺഗ്രസ്സ് സംഘടനാ പ്രവർത്തനത്തെ പ്പറ്റി കെ.പി.ആർ.രയരപ്പൻ പല ലേഖനങ്ങളിലായി വിശദീകരിച്ചിട്ടുണ്ട്. 1937 ൽ ബക്കളം കേന്ദ്രമാക്കി കോൺഗ്രസ് കമ്മിറ്റി രൂപംകൊണ്ടു. പി.വി.കണ്ണൻ നായർ, ഇ.വി.നാരായണൻ നായർ, പി.ഗോവിന്ദൻ നായർ, ടി.ടി.കുഞ്ഞിരാമൻ മാസ്റ്റർ, എസ്.പി.കുഞ്ഞിരാമൻ നായനാർ, ടി.ടി.ഗോവിന്ദൻ, കെ.വി.ചന്തുമാസ്റ്റർ, കെ.വി.മൂസാൻകുട്ടി മാസ്റ്റർ, പി.ബാലകൃഷ്ണൻ നായർ, കെ.വി.അച്യുത വാര്യർ, സി.കെ. പണിക്കർ എന്നിവരായിരുന്ന 1939-ൽ ബക്കളം കോൺഗ്രസ് കമ്മിറ്റി അംഗങ്ങൾ. പി.ഗോവിന്ദൻ നായരായിരുന്ന കമ്മിറ്റി സെക്രട്ടറി.

1936 ജൂലൈ 1 ന് കണ്ണൂരിൽനിന്ന് മദ്രാസിലേക്ക് പോയ എ.കെ.ജി. ക്യാപ്റ്റനായ പട്ടിണി ജാഥയിൽ കെ.പി.ആറിനെ കൂടാതെ പറശ്ശിനിക്ക ടവിൽനിന്നും പി.എം.ഗോപാലൻ പങ്കെടുത്തിരുന്ന. 1937 ഡിസംബർ 5 ന് മൊറാഴയും ചുറ്റുപാട്ടുമുള്ള കോൺഗ്രസ്സ് കമ്മിറ്റികളുടെ ഒരു സംയുക്ത സമ്മേളനം ബക്കളത്ത് ചേർന്നു. കല്ല്യാശ്ശേരി, അഞ്ചാംപീടിക, പറശ്ശിനി ക്കടവ്, കീച്ചേരി, ബക്കളം എന്നീ കമ്മിറ്റികളിൽനിന്നും പ്രതിനിധികൾ സമ്മേളനത്തിൽ പങ്കെടുത്തു. പി.നാരായണൻ നായർ അദ്ധ്യക്ഷത വഹിച്ചു. കെ.കെ.വാര്യർ സമ്മേളനം ഉദ്ഘാടനം ചെയ്തു. കോൺഗ്രസ് സമ്മേളനത്തോടനുബന്ധിച്ച് നടന്ന വായനശാല സമ്മേളനത്തിൽ 40 വായനശാലകളുടെ പ്രതിനിധികൾ പങ്കെടുത്തിരുന്ന. കെ.ദാമോ ദരൻ വായനശാലാ സമ്മേളനത്തിൽ അദ്ധ്യക്ഷത വഹിച്ചു. ചിറക്കൽ

താലൂക്ക് വായനശാലാ സംഘം സെക്രട്ടറിയായി കെ.വി നാരായണൻ നമ്പ്യാരെ തെരഞ്ഞെടുത്തു. ഈ ഘട്ടത്തിലാണ് 1934 ൽ ബക്കളം യുവ ജനസംഘം വായനശാലാ സ്ഥാപിക്കുന്നത്. വായനശാല സ്ഥാപിക്കു ന്നതിൽ സി.കെ പണിക്കർ കെ.വി ചന്തുമാസ്റ്റർ അടക്കമുള്ള ബക്കളം കോൺഗ്രസ്സ് കമ്മിറ്റി അംഗങ്ങൾ നേതൃത്വം നൽകി. കെ.വി ചന്തുമാസ്റ്റർ വായനശാലാ സെക്രട്ടറിയായിരുന്നു. മണിയൻപാറ കുഞ്ഞപ്പ എന്ന വരുടെ ബക്കളത്തുള്ള ചായപ്പീടികയുടെ ഒരു മുറിയിൽ കോൺഗ്രസ്സ് കമ്മിറ്റി ഓഫീസും വായനശാലയായും പ്രവർത്തിച്ച. വായനശാലാ പ്രവർത്തനത്തിൽ ആകൃഷ്ടരായ ഒട്ടേറെ കുടുംബങ്ങളിലെ യുവാക്കളും കർഷകരും കർഷക പ്രസ്ഥാനമായും ദേശീയ പ്രസ്ഥാനവുമായി അടക്ക കയും അതിന്റെ പ്രവർത്തകരായിത്തീരുകയും ചെയ്തു.

കർഷക പ്രസ്ഥാനം

കേരളത്തിൽ കാർഷികരംഗത്തെ പ്രശ്നങ്ങൾ ഏകസമാനമായിരുന്നില്ല. ഭൂപരിഷ്ക്കരണ നടപടികൾ തിരുവിതാംകൂറിലും കൊച്ചിയിലും ആദ്യഘട്ടത്തിൽ തന്നെ ആരംഭിച്ചിരുന്നു. ബ്രിട്ടീഷ് ഇന്ത്യയുടെ ഭാഗമായിരുന്ന മലബാറിൽ കാര്യമായ ഭൂപരിഷ്ക്കരണ പ്രവർത്തനങ്ങൾ നടന്നിരുന്നില്ല. പൊതുവെ കേരളത്തിന് ബാധകമായ സമഗ്രമായ ഭൂപരിഷ്ക്കരണ നിയമങ്ങൾ നടപ്പിലായത് 1970 മുതലാണല്ലോ. ഈ നിയമം നടപ്പിലാക്കുന്നതിന് പിറകിൽ വീറ്റ കർഷ പോരാട്ടങ്ങളുടെ ത്യാഗനിർഭരമായ അധ്യായങ്ങൾ കാണാം. ചിറക്കൽ താലൂക്കിലും ഇത്തരം പ്രവർത്തനങ്ങൾ സംഘടിപ്പിക്കപ്പെട്ടു. മലബാറിൽ ബ്രിട്ടീഷ് ആധിപത്യം സ്ഥാപിച്ചതോടുകൂടിയും അവരുടെ അധീശത്വം കൊച്ചിയിലേക്കും തിരുവിതാംകൂറിലേക്കും വ്യാപിച്ചതോടുകൂടിയും ഇവിടങ്ങളിൽ വിദേശാധിപത്യത്തിനെതിരായ സമരങ്ങളും സായുധ കലാപങ്ങളും പൊട്ടിപ്പുറപ്പെട്ടു. അത്തരം സമരങ്ങളിൽ പങ്കെടുത്തവരിൽ പ്രധാനമായും കൃഷിക്കാർ, ഫ്യൂഡൽ വർഗ്ഗങ്ങൾ എന്നിവരാണെന്ന് കാണാം. ഇവിടെ ബ്രിട്ടീഷ്കാർ നടപ്പിലാക്കിയ നികുതി നിയമങ്ങൾ ഈ പ്രദേശത്തെ മുതലാളിത്ത പൂർവ്വ കോളണി ഘട്ടത്തിലെ കാർഷിക ബന്ധങ്ങളെ പ്രതികൂലമായി ബാധിച്ചു.

കർഷകരിൽനിന്നും നികുതി ഇനത്തിൽ പണമായി ഉല്പാദനമിച്ചത്തിന്റെ വമ്പിച്ച തോതിലുള്ള പിഴിഞ്ഞെടുക്കൽവഴി ഇംഗ്ലീഷുകാർ ഉല്പാദനവുമായി ബന്ധപ്പെട്ട എല്ലാ വർഗ്ഗങ്ങളെയും ദാരിദ്ര്യത്തിലും പാപ്പരീകരണത്തിലും തള്ളിയിട്ടുകയായിരുന്നു. 19-ാം നൂറ്റാണ്ടിന്റെ ആദ്യ ദശകങ്ങളിൽ മലബാറിൽ കോളണി വാഴ്ഴയ്ക്കെതിരായി

പഴശ്ശിരാജാവ്, കുറിച്ച്യൂർ തുടങ്ങിയവരുടെ നേതൃത്വത്തിൽ നടന്ന സമരങ്ങളുടെ പശ്ചാത്തലം ഇതായിരുന്നു. മാപ്പിളമാരായ കർഷകർ തെക്കെ മലബാറിൽ 20-ാം നൂറ്റാണ്ടിന്റെ ആദ്യപാതം വരെ ഇടയ്ക്കിടെ നടത്തിയ വല്യെവും ചെറുതുമായ സമരങ്ങൾ ഈ സാഹചര്യത്തിൽ ഉടലെടുത്തവയാണ്. അന്നത്തെ മലബാർ ജില്ലാ കലക്ടറായിരുന്ന വില്യം ലോഗൺ ഈ കലാപങ്ങളുടെ തുടക്കം കർഷകർക്കിടയിൽ ഉടലെടുത്ത അതൃപ്തികൊണ്ടായിരുന്ന വെന്നും രേഖപ്പെടുത്തിയിട്ടുണ്ട്. കർഷകരുടെ പരാതികൾ നിയമനിർമ്മാണം വഴി പരിഹരിക്കാ നും നിലവില്ലുള്ള ജന്മി-കുടിയാൻ ബന്ധങ്ങളിൽ മാറ്റംവരുത്തുവാനും ഉള്ള ഇംഗ്ലീഷുകാരുടെ പരിശ്രമങ്ങൾ പരാജയപ്പെട്ടിരുന്നു. ഭരണാ ധികാരികളും നീതിന്യായ സംവിധാനങ്ങളും ജന്മിമാരുടെ അധികാര അവകാശങ്ങൾ കുറക്കുന്നതിൽ തല്പരരായിരുന്നില്ല. ഇത്തരത്തിലുള്ള നീക്കങ്ങൾ കൊളോണിയൽ ഭരണത്തെ ദുർബലമാക്കുമെന്ന് അവർ ഭയപ്പെട്ടു. എങ്കിലും തിരുവിതാംകൂറിലും കൊച്ചിയിലും ചില കാർഷിക നിയമങ്ങൾ അവർ നടപ്പിലാക്കി. ഇത് യൂറോപ്യൻമാരുടെയും ചില ജോയിന്റ് സ്റ്റോക്ക് കമ്പനികളുടെയും മൂലധ നിക്ഷേപം ത്വരിതപ്പെ ടുത്താൻ സഹായിച്ചു. മലബാറിൽ തോട്ടം വ്യവസായ രംഗത്തെ മൂലധന നിക്ഷേപം പ്രധാനമായും കേന്ദ്രീകരിച്ചത് വയനാട്ടിലായിരുന്നു. ഇവിട്ടത്തെ ഭൂമിയുടെ ഭൂരിഭാഗവും എസ്റ്റേറ്റ് നിയമം വഴിയും കണ്ടുകെട്ടൽ നിയമം വഴിയും കമ്പനി ഗവൺമെന്റിന് അവകാശപ്പെട്ടതായിരുന്നു. അതിനാൽ മലബാറിൽ ഒരു കാർഷിക നിയമത്തിന്റെ ആവശ്യകത ഇംഗ്ലീഷ്കാർക്ക് അനുഭവപ്പെട്ടിരുന്നില്ല. ഇവിടെ അവർ ഭൂ പ്രഭുത്വത്തി ന്റെ താല്പര്യം സംരക്ഷിക്കുകയും കർഷകർക്ക് സ്ഥിരാവകാശവും മര്യാ ദപാട്ടവും നിഷേധിക്കുകയും ചെയ്തു. ഇരുപതാംനൂറ്റാണ്ടിൽ ഫ്യൂഡൽ വിരുദ്ധവും സാമ്രാജ്യത്വ വിരുദ്ധവുമായ സമരങ്ങളുടെ മുൻ പന്തിയിൽ മലബാറും കാസറഗോഡ്ഡും മലബാറിന്റെ ഭാഗമായ ചിറക്കൽ താലൂക്കും എത്തിച്ചേർന്നത് ഈ ചരിത്ര പശ്ചാത്തലത്തിലാണ്. അതുപോലെ ഇവിടെയുണ്ടായ കർഷക പ്രസ്ഥാനങ്ങളും കർഷക സമരങ്ങളും ദേശീയ പ്രസ്ഥാനത്തിന്റെ മുഖ്യധാരയുടെ ഭാഗമായതും.

നിയമലംഘന പ്രസ്ഥാനത്തിന്റെ ഭാഗമായി മലബാറിൽ (ചിറക്കൽ താലൂക്ക് ഉൾപ്പെടെ) നടന്ന സമരങ്ങളിൽ കർഷകരും ഗ്രാമീണ തൊഴിലാളികളും വ്യക്തികൾ എന്ന നിലയിൽ പങ്കെടുത്തുവെങ്കിലും അതൊരു ജനകീയ പ്രസ്ഥാനത്തിന്റെ ഭാഗമായത്കൊണ്ടായിരുന്നില്ല. കോൺഗ്രസ്സിലെ യാഥാസ്ഥിതിക നേതൃത്വം പ്രത്യേകിച്ചും പട്ടണങ്ങ ളിലെ മദ്ധ്യവർഗ്ഗക്കാരിൽ നിന്നും ഉടലെടുത്തിട്ടുള്ളവർ കർഷകരുടെ

രാഷ്ട്രീയവത്ക്കരണം ആഗ്രഹിച്ചില്ല. എന്നാൽ അന്നത്തെ ആഗോള ദേശീയ സാഹചര്യങ്ങളുടെ സമ്മർദ്ദങ്ങളുടെ പശ്ചാത്തലത്തിൽ ഗാന്ധിയൻ രീതികൾക്ക് എതിരായി വളർന്ന് വന്ന പ്രതിഷേധവും നിരാശാബോധവും നയപരിപാടികളിൽ സമൂല പരിവർത്തനം വര ത്താൻവേണ്ടി ദേശീയവാദികളിൽ പലരെയും പ്രേരിപ്പിച്ചു. അങ്ങനെ ഒരു കോൺഗ്രസ്സ് -സോഷ്യലിസ്റ്റ് പാർട്ടി രൂപീകരണത്തിലേക്ക് നയിച്ചു. മലബാറിൽ 1934 ൽ കോൺഗ്രസ്സ് സോഷ്യലിസ്റ്റ് പാർട്ടിയുടെ ഒരു ഘടകം അങ്ങനെ രൂപം കൊണ്ടു. പ്രത്യേക വർഗ്ഗം എന്ന നിലയ്ക്ക് കർഷകരുടെയും തൊഴിലാളികളുടെയും പ്രത്യേക സംഘടന രൂപീക രിക്കാൻ തീരുമാനിക്കുകയും ചെയ്തു. മലബാറിൽ കർഷക സംഘടന രൂപം കൊള്ളുന്നത് ഈ ചരിത്ര പശ്ചാത്തലത്തിൽ കൂടിയാണ്.

1935 ജൂലായ് 13 ന് നണിയൂർ ദേശത്തിലെ ഭാരതീയ മന്ദിരത്തിൽ വെച്ചാണ് കർഷകസംഘം രൂപീകരിക്കപ്പെട്ടത്. കൊളച്ചേരി കര മാരത്തില്ലത്ത് നമ്പൂതിരിപ്പാട് വളരെ ക്രൂരനായ ജന്മിയായിരുന്നു. അക്രമപിരിവ്വുകൾ വഴി കുടിയാൻമാരുടെ കാർഷിക വിളകൾ നിർദാ ക്ഷിണ്യം തട്ടിയെടുത്തിരുന്നു. നിർബന്ധ പിരിവ്വുകൾ അടിച്ചേൽപ്പിച്ചു. ഇവരുടെ പൂർവ്വികരുമായി ബന്ധപ്പെട്ടതാണല്ലോ പകയുടെയും ചതിയുടെയും അസൂയയുടെയും സർവ്വോപരിജാതീയമായ അടിച്ചമർത്ത ലിന്റെ ഭാഗമായ കൊളച്ചേരി വിഷകണ്ഠൻ തെയ്യവുമായി ബന്ധപ്പെട്ട ഇതിവൃത്തം. സംഘം രൂപീകരണത്തിനുശേഷം കരമാരത്തില്ലത്തെ ജന്മിക്കെതിരെയായിരുന്ന ആദ്യത്തെ സംഘടിത സമരം. കെപിആർ രയരപ്പൻ ഇങ്ങനെ രേഖപ്പെടുത്തുന്നു."ജന്മിയുടെ കാര്യസ്ഥനായ അപ്പക്കുട്ടി അക്രമപിരിവിന്റെ ഭാഗമായി കൃഷിക്കാരെ നിരന്തരം ദ്രോ ഹിച്ചിരുന്നു. ഒരു നാൾ കാര്യസ്ഥനായ അപ്പക്കുട്ടിയുടെ പറമ്പിലെ വിള ഞ്ഞുനിൽക്കുന്ന കുരുമുളക് ജന്മികാണാനിടയായി. ആൾക്കാരെ അയച്ച് ജന്മി അത് മുഴുവൻ പറിച്ചെടുത്തു. കുരുമുളക് നഷ്ടപ്പെട്ട കാര്യസ്ഥനായ അപ്പക്കുട്ടി ജന്മിയുടെ മുമ്പിലെത്തി സങ്കടമുണർത്തിച്ചു. കോപിഷ്ണനായ ജന്മി അപ്പക്കുട്ടിയെ അധിക്ഷേപിച്ച് ആട്ടിയിറക്കി." ഈ ദുരനുഭവം അപ്പ ക്കുട്ടിയുടെ ജീവിതത്തിലെ വഴിത്തിരിവായി. കർഷകസംഘം പ്രവർത്ത കരെ കണ്ട് സംഭവം വിവരിക്കുകയും സംഘം വിളിച്ച ചേർക്കണമെന്നും താൻ തന്നെ അതിന് മുൻകൈ എടുക്കാം എന്നു പറഞ്ഞു. മുമ്പ് സംഘം പ്രവർത്തകരെ ദ്രോഹിച്ചിരുന്ന അപ്പക്കുട്ടി തന്നെ സംഘം പ്രവർത്ത കരെ സഹായിക്കാനായി മുന്നോട്ട വന്നു. കർഷക സംഘം അപ്പക്കുട്ടി യുടെ പ്രശ്നം ഏറ്റെടുക്കുകയും ജന്മിക്കെതിരെ കേസ്കൊടുക്കുകയും ചെയ്തു. കേസിൽ അപ്പക്കുട്ടി ജയിക്കുകയും ജന്മി അപ്പക്കുട്ടിക്ക് കുരുമുളക്

തിരിച്ചുകൊടുക്കേണ്ടി വരികയും ചെയ്തു. ഇത് ചിറക്കൽ താലൂക്കിലെ കർഷകരിൽ വലിയ ആവേശവും ആത്മവിശ്വാസവും ഉളവാക്കി.

മറ്റ ജന്മിഗൃഹങ്ങളിലേക്ക് മാർച്ച് നടത്തുന്നതിനും വാരവും പാട്ടവും കുറയ്ക്കുന്നതിനും അക്രമപിരിവുകൾ അവസാനിക്കുന്നതിനും വേണ്ടിയുള്ള നിരവധി പ്രക്ഷോഭങ്ങൾക്ക് ഈ സംഭവം തുടക്കം കുറിച്ചു. ഈ ഘട്ട ത്തിൽ തന്നെ മലബാറിൽ കുടിയായ്മ നിയമം ഭേദഗതി ചെയ്യുന്നതിനുള്ള പ്രക്ഷോഭങ്ങളും ആരംഭിച്ചിരുന്നു. ഇത്തരം സമരങ്ങളുടെ ഒരു കേന്ദ്രമായി ബക്കളം വളർന്നു. കൃഷ്ണപ്പിള്ള കേരളീയൻ എന്നിവരുടെ നേതൃത്വത്തിൽ ബക്കളത്തുനിന്നും കരക്കാട്ടിടം നായനാരുടെ 'ഇടത്തിലേക്ക്' സംഘ ടിപ്പിച്ച ജാഥയെ മലബാർ കർഷക പ്രസ്ഥാനത്തിന്റെ ചരിത്രത്തിൽ ബക്കളം ജാഥ എന്നറിയപ്പെടുന്നു. 'നെല്ലും പണവും കുമിഞ്ഞ് കൊല്ലം കൊലയും കുലാധികാരമായി' കല്ലേർപിളർക്കുന്ന കല്പന പുറപ്പെട വിച്ച് നാട് അടക്കിവാണ് തിരുവായ്ക്ക എതിർവാ ഇല്ലാതിരുന്ന കാലം. ശ്രീകണ്ഠാപുരത്തിനടുത്ത് ഓടത്തും പാലത്ത് ളുക്കമരവും നിലനിന്നിരു ന്നതും പാഴ്ശായി കുണ്ടത്തിൽ കൊല ചെയ്യപ്പെട്ട ഹതാശരുടെ ശവം വലിച്ചെറിയപ്പെട്ടിരുന്നു എന്നതും അതി വിദൂരമായ കാലത്ത് നടന്ന സംഭവങ്ങളല്ല. ബക്കളത്തു നിന്നും ജാഥ പുറപ്പെടുമ്പോൾ 100 കണക്കി നാളുകൾ മാത്രമേ ഉണ്ടായിരുന്നുള്ളുവെങ്കിലും ജാഥ കരക്കാട്ടിടത്തിൽ എത്തുമ്പോൾ പതിനായിരത്തോളമായി വർദ്ധിച്ച എന്ന് കെപിആർ രയരപ്പൻ രേഖപ്പെടുത്തുന്നു. കരക്കാട്ടിടത്തേക്കുള്ള കർഷക ജാഥയുടെ വിജയത്തിൽ സന്ദേഹമുണ്ടായിരുന്ന കരക്കാട്ടിടം നായനാരുടെ ഒരു ആശ്രിതൻ ചോദിച്ച കാര്യം ഒരു പൊതുയോഗത്തിൽ കെപിആർ പ്രസംഗിച്ചത് ഇങ്ങനെയാണ്.

എവിടത്തേക്കാ പോകുന്നത്?

കരക്കാട്ടിടത്തേക്ക്

എന്തിനാ ഈ ജാഥ?

നായനാരെ കാണാൻ

എന്തിനാ അദ്ധ്യത്തെ കാണുന്നത്?

വാരവും പാട്ടവും കുറയ്ക്കാൻ പറയാൻ

അക്രമപിരിവുകൾ അവസാനിപ്പിക്കാൻ പറയാൻ

നിങ്ങൾ പറഞ്ഞാൽ കൊറക്കോ?

കൊറച്ചില്ലെങ്കിൽ ഞങ്ങൾ കൊറപ്പിക്കും

പരിഹാസപൂർവ്വം ആശ്രിതൻ തുടർന്നു.

'മലയോട് കലം എറിയണ്ടാ എറിഞ്ഞാൽ ഫലം അറിയാലോ '

ബ്രിട്ടീഷ് സാമ്രാജ്യത്താൽ സംരക്ഷിക്കപ്പെടുന്ന ജാതി-ജന്മി-നാട്ട വാഴിത്തം അചഞ്ചലമാണെന്നും അതിനെ മാറ്റാൻ ആർക്കും സാധ്യമ ല്ലെന്നും അതിനോട് ഏറ്റുമുട്ടുന്ന കർഷക പ്രസ്ഥാനം മൺകലംപോലെ ഉടഞ്ഞ് തകരുമെന്നും ഉള്ള പരാമർശം സാമൂഹ്യ വികാസ നിയമങ്ങ ളില്ലള്ള അജ്ഞതയ്ക്കുമപ്പുറം ജന്മിനാട്ടുവാഴി വ്യവസ്ഥയോടുള്ള അളവറ്റ കൂറും അത് ശാശ്വതമാണെന്ന വിശ്വാസവുമായിരുന്നു.

'ജന്മിത്തം നശിക്കട്ടെ, സാമ്രാജിത്വം തുലയട്ടെ' തുടങ്ങിയ മുദ്രാവാ ക്യങ്ങൾ ഉയർത്തിയ അന്നത്തെ സാമ്പത്തിക സാമൂഹിക രാഷ്ട്രീയ സാഹചര്യങ്ങൾ അതായിരുന്നു. തലമുറകളായി അടിച്ചമർത്തപ്പെട്ട ഒരു വർഗ്ഗത്തിന്റെ മനസ്സിൽ നിന്ന് വെടിയുണ്ടപോലെ ചീറിപ്പാഞ്ഞ മുദ്രാവാ ക്യങ്ങൾ ജാതി-ജന്മി-നാട്ടുവാഴിത്തത്തിന്റെ വേരറുക്കാൻ നടത്തിയ നിരവധി പ്രക്ഷോഭങ്ങൾക്കും പോരാട്ടങ്ങൾക്കും പിൽക്കാല നിയമ നിർമ്മാണവഴി ഭൂമിയിൽ അവകാശം സ്ഥാപിച്ചെടുക്കാൻ കഴിഞ്ഞതും അതുവഴി ആധുനിക കേരള സൃഷ്ടിക്കും അടിത്തറയായതും.

നായനാരുടെ ഇടത്തിന് ചുറ്റും ജനസമുദ്രമായി മാറിയിരുന്നു. പോലീസിനെ ഉപയോഗിച്ച് കൃഷിക്കാരെ വിരട്ടാനുള്ള നായനാരുടെ ശ്രമം പരാജയപ്പെട്ടു. അക്രമപിരിവുകൾ അവസാനിപ്പിക്കുമെന്നും വാരവും പാട്ടവും കുറയ്ക്കുമെന്നും നായനാർക്ക് പ്രഖ്യാപിക്കേണ്ടി വന്നു. കള്ളപ്പറ ഉപേക്ഷിക്കുമെന്നതുകൂടി നായനാരിൽ നിന്ന് ഉറപ്പുവാങ്ങി. ഈ ജാഥ വമ്പിച്ച വിജയമായിരുന്നു. മറ്റ ജന്മി ഗൃഹങ്ങളിലേക്ക് സമാനമായ ആവശ്യങ്ങൾ ഉന്നയിച്ച് കർഷകജാഥകൾ സംഘടിപ്പി ക്കുന്നതിന് 'ബക്കളം ജാഥ' പ്രേരകമായി. കർഷക സംഘത്തിന്റെ പ്ര വർത്തനങ്ങൾ വ്യാപിപ്പിക്കുന്നതിന്റെയും ശക്തിപ്പെടുത്തുന്നതിന്റെയും ആവശ്യകത അടിച്ചമർത്തപ്പെട്ട കർഷകജനസാമാന്യത്തെ ബോധ്യ പ്പെടുത്തുന്നതിനുകൂടി ഇടയാക്കി.

മലബാറിൽ പൊതുവെയും ചിറക്കൽ താലൂക്കിൽ പ്രത്യേകിച്ചും ആവേശമുണർത്തിയ മറ്റൊരു സംഭവമായിരുന്നു കരിവെള്ളൂർ കർഷക ജാഥ. അക്രമപിരിവുകൾ അവസാനിപ്പിക്കണമെന്നാവശ്യപ്പെട്ടുകൊ ണ്ട് എ.വി കുഞ്ഞമ്പു, സുബ്രഹ്മണ്യം തിരുമുമ്പ് തുടങ്ങിയവരുടെ നേതൃ ത്വത്തിൽ കരിവെള്ളൂരിൽ നിന്ന് പുറപ്പെട്ട കർഷക ജാഥ ചിറക്കൽ കോവിലകം വളഞ്ഞു. ചിറക്കൽ രാജാവ് കർഷക സംഘം നേതാക്കളെ കൊട്ടാരത്തിലേക്ക് വിളിച്ച് സംസാരിക്കുകയും അക്രമപിരിവെടുക്കാൻ കാര്യസ്ഥന്മാരെ അനുവദിക്കുകയില്ലെന്ന ഉറപ്പുകൊടുക്കുകയും ചെയ്തു. കൂട്ടത്തിൽ ഭാരതീയന ചുമത്തിയ 'പിഴ' പിൻവലിച്ചതായും രാജാവ്

പ്രഖ്യാപിച്ചു. 1930 ലെ നിയമലംഘന സമരത്തിൽ പയ്യന്നൂരിൽവച്ച് ഭാരതീയൻ അറസ്റ്റ് ചെയ്യപ്പെടുകയും ജയിൽ അടക്കപ്പെടുകയും ചെയ്തിരുന്നു. ജയിലിൽ കിടന്നത് കാരണം ജാതി പോയതായി കണക്കാക്കി ചിറക്കൽ രാജാവിന്റെ നണിയൂർ അമ്പലത്തിൽ നിന്ന് ഭാരതീയന്റെ കുടുംബത്തിന് നൽകപ്പെട്ടിരുന്ന അരസേർ അരിയുടെ ചോറ് ശിക്ഷയായി നിർത്തൽ ചെയ്തിരുന്നു. ശിക്ഷ റദ്ദാക്കി ചോറ് ഭാരതീയ കുടുംബത്തിന് തിരിച്ച നൽകാൻ ചിറക്കൽ രാജാവ് തീരുമാനിച്ചു. താൻ ചെയ്ത ഒരു വലിയ തെറ്റിന് പ്രായശ്ചിത്തം ചെയ്യുന്നു എന്നു പറഞ്ഞാണ് രാജാവ് ഇങ്ങനെ ചെയ്തത്. ഇതും ഒരു വലിയ വിജയമായിരുന്നു.

ചിറക്കൽ താലൂക്ക് കർഷക സമ്മേളനം

1936 നവംബർ 1-ന് പറശ്ശിനിക്കടവിൽവച്ച് ചിറക്കിൽ താലൂക്ക് കൃഷിക്കാരുടെ ആദ്യസമ്മേളനം ചേർന്നു. അയ്യായിരത്തിൽ പരം കൃഷിക്കാർ പങ്കെടുത്തു. താലൂക്കിലെ എല്ലാ ദേശങ്ങളിൽനിന്നും കർഷകർ പങ്കെടുത്ത ഈ സമ്മേളനത്തോടനു ബന്ധിച്ച് യുവജന സമ്മേളനവും ഉണ്ടായിരുന്നു. ബാരിസ്റ്റർ എ.കെ. പിള്ള, ഇ.എം.എസ്., കൃഷ്ണപിള്ള, എ.കെ.ജി. ഇടങ്ങിയ നേതാക്കൾ സന്നിഹിതരായിരുന്നു. സമ്മേളനം വിജയിപ്പിക്കുന്നതിന് ആന്തൂരിലെ കൃഷിക്കാർ സംഘാടക സമിതിക്ക് എല്ലാ സഹായവും ചെയ്യുകൊടുത്തു. സി.കോരൻ മാസ്റ്റർ, പി.എം.ഗോപാലൻ ഇടങ്ങിയവർ സ്വാഗത സംഘ ത്തിനുവേണ്ടി സജീവമായി പ്രവർത്തിച്ചു. തന്റെ രാഷ്ട്രീയ ജീവിതത്തിന് ഇടക്കം കുറിച്ചത് കർഷകസംഘം പറശ്ശിനിക്കടവ് സമ്മേളനത്തിലെ വളണ്ടിയർ പ്രവർത്തനത്തിലൂടെയാണെന്ന് കെ.കെ.എൻ.പരിയാരം അനുസ്മരിക്കുന്നുണ്ട്. പറശ്ശിനിമടപ്പുരയിലെ പി.എം.കുഞ്ഞിക്കണ്ണൻ ആയിരുന്നു സ്വാഗത സംഘം അദ്ധ്യക്ഷൻ. ഈ സമ്മേളനത്തെയടർന്ന് പറശ്ശിനിക്കടവും പരിസര ഗ്രാമങ്ങളും മലബാറിലെ രാഷ്ട്രീയ പ്രബുദ്ധ മായ കേന്ദ്രങ്ങളുടെ നിരയിൽ ഇടംപിടിച്ചു. സമ്മേളനം തെരഞ്ഞെടുത്ത താലൂക്ക് കർഷക സംഘത്തിന്റെ ഓഫീസ് കല്യാശ്ശേരിയിൽ പ്രവർ ത്തനം ആരംഭിച്ചു. ജന്മിമാരുടെ അക്രമ പിരിവുകൾ അവസാനിപ്പിക്കുന്ന തിനും കുടിയായ്മാ നിയമം ഭേദഗതി ചെയ്യുന്നതിനും വേണ്ടി താലൂക്കിന്റെ വിവിധ ഭാഗങ്ങളിൽ പ്രക്ഷോഭം ഉയർന്നു വരാൻ ഇടങ്ങി.

പറശ്ശിനിക്കടവ് കൊവ്വലിൽ നടന്ന ആദ്യത്തെ ചിറക്കിൽ താലൂക്ക് കർഷക സമ്മേളനത്തെക്കുറിച്ച് എ.കെ.ജി. തന്റെ ആത്മകഥയിൽ ഇങ്ങനെ രേഖപ്പെടുത്തിയിട്ടുണ്ട്.

"പട്ടിണി ജാഥയ്ക്കുശേഷം മലബാറിൽ പല പ്രദേശങ്ങളിലും താലൂക്ക് കർഷക സമ്മേളനങ്ങൾ നടന്നു. 1936 നവംബറിൽ പറശ്ശിനിക്കടവിൽ ആദ്യത്തെ ചിറക്കൽ താലൂക്ക് കർഷക സമ്മേളനം നടന്നു. കർഷക പ്രസ്ഥാനത്തിന്റെ വളർച്ചയുടെ പാതയിൽ പ്രകാശധാര ചൊരിയുന്ന ഒരു കൈത്തിരി ആ സമ്മേളനം കാണിച്ച വെന്നകാര്യത്തിൽ തർക്ക മില്ല. ജന്മിത്വത്തിന്റെ കാട്ടുനീതിക്കെതിരായി സമരം ചെയ്യമെന്ന പ്രഖ്യാപനമായിരുന്ന സമ്മേളനത്തിന്റെ ജീവൻ പറശ്ശിനിക്കടവ് സമ്മേളനത്തിന്റെ സന്ദേശം നാടാകെ ചലനം ഉണ്ടാക്കി... അന്നത്തെ സമ്മേളനത്തിൽ ഞാൻ സബന്ധിച്ചിരുന്നുവെങ്കിലും എനിക്ക് സംസാ രിക്കാൻ കഴിഞ്ഞില്ല. ഞാൻ സംസാരിക്കുന്നത് വിലക്കിക്കൊണ്ടുള്ള മദിരാശി ഗവൺമെന്റിന്റെ ഓർഡർ ഉണ്ടായിരുന്നത്കൊണ്ട് എനിക്ക് കാഴ്ചക്കാരനെപ്പോലെ ആ സമ്മേളനത്തിൽ പങ്കെടുക്കേണ്ടിവന്നു.

കർഷക സംഘത്തിന്റെ രൂപീകരണത്തിനുശേഷം ആദ്യഘട്ടത്തിൽ ജന്മിമാരെ ഭയപ്പെട്ട് കൃഷിക്കാർ പ്രത്യക്ഷത്തിൽ സംഘത്തിൽ അണി ചേർന്നിരുന്നില്ല. നേതാക്കൾ കർഷകരെ ആകർഷിക്കാൻ ഒട്ടേറെ വൈവിധ്യമാർന്ന പ്രവർത്തനങ്ങൾ നടത്തി. ചെങ്ങളായി, കൂട്ടുമുഖം, ബ്ലാത്തൂർ ഭാഗങ്ങളിലേക്ക് പറശ്ശിനിക്കടവിൽനിന്നും തോണിയിൽ കള്ള്കൊണ്ട് പോയിരുന്നു. അത്തരം തോണികളിൽ കെ.പി.ആർ. ഗോപാലനും കേരളീയനും സി.കോരൻമാസ്റ്ററും മറ്റും ചെത്തുതൊഴി ലാളികൾക്കൊപ്പം പോകുമായിരുന്നു. സംഘത്തിന്റെ ലഘുലേഖകളും മറ്റ് രഹസ്യ സർക്കുലറുകളും ഇതൊടൊപ്പം വിവിധ പ്രദേശങ്ങളിലേക്ക് എത്തിച്ചു. രാത്രിയുടെ നിശബ്ദതയിൽ സംഘം നേതാക്കൾ മെഗാഫോ ണിലൂടെ അന്തപാടിയ ചില വരികൾ.

"ചെറിയമ്മേ വലിയമ്മേ സംഘം ചേരു അമ്മേ
മറിയുമ്മേ പാത്തുമ്മേ സംഘം ചേരു ഉമ്മേ
സംഘംചേരുന്നോ നീ നള്ളിക്കോടൻ രാമാ
കരിയാട്ടേ കുഞ്ഞാക്കമ്മേ സംഘം ചേരുന്നോ നീ..."

വാരവും പാട്ടവും കുറക്കുന്നതിനും പാടത്ത് പണിയെടുക്കുന്നവരുടെ കൂലി വർദ്ധിപ്പിക്കുന്നതിനും വേണ്ടിയുള്ള കാര്യങ്ങൾ സൂചിപ്പിക്കുന്ന ഒരു മുദ്രാവാക്യം ചിറക്കൽ താലൂക്ക് കർഷക സംഘത്തിന്റെ പാട്ട പുസ്തക ത്തിൽനിന്നുള്ളത് ഇപ്രകാരമാണ്.

വാരവും പാട്ടവും പാതിയാക്കി
ഈ 'കൊങ്ങായി' നെല്ലൊന്ന് രണ്ടാക്കണ്ട"

മലബാർ കുടിയായ്മാ ബില്ലിന് ഭേദഗതികൾ നിർദ്ദേശിക്കുന്നതിന് നിയമിക്കപ്പെട്ട കുട്ടികൃഷ്ണ മേനോൻ കമ്മിറ്റി തെളിവെടുപ്പിന് 1940 ജനുവരിയിൽ തളിപ്പറമ്പിൽ എത്തിയിരുന്നു. മൊറാഴയിൽ നിന്നും സ്ത്രീ പുരുഷ ന്മാർ ഉൾപ്പെടെ നിരവധിപ്പേർ തെളിവ് നൽകുന്നതിനായി ഹാജരായി. ഇടതുപക്ഷ കോൺഗ്രസ് എം.എൽ.എ.മാരായിരുന്ന ഇ.എം.എസ്., മുഹമ്മദ് അബ്ദുൾ റഹിമാൻ സാഹിബ്, ഇ.കണ്ണൻ എന്നിവർ സമർപ്പി ച്ച ഭിന്നാഭിപ്രായ കുറിപ്പ് മലബാറിലെ കർഷ മുന്നേറ്റത്തിന്റെ ചരിത്ര രേഖയാണ്.

അധ്യാപക പ്രസ്ഥാനം

മലബാറിൽ ദേശീയപ്രസ്ഥാനത്തിന്റെ വളർച്ചയിൽ അധ്യാപക പ്രസ്ഥാനം വലിയ പങ്കുവഹിക്കുകയുണ്ടായി. 1934 ൽ പാസ്സാക്കിയ മദ്രാസ് ലോക്കൽബോർഡ് ആക്ട് അനുസരിച്ചുള്ള നടപടികളാണ് മലബാറിൽ വിദ്യാഭ്യാസ പ്രചരണ പ്രവർത്തനങ്ങൾക്ക് വഴിവെച്ചത്. 1920 ൽ പാസ്സാക്കിയ എലിമെന്ററി ആക്ട് അനുസരിച്ച് ഓരോ ലോക്കൽ ബോർഡും എലിമെന്ററി വിദ്യാഭ്യാസത്തിന് ഫണ്ട് സ്വരൂപിക്കാൻ ബാദ്ധ്യസ്ഥമായി. ലോക്കൽബോർഡിന്റെ നേതൃത്വത്തിൽ ഒട്ടേറെ വിദ്യാലയങ്ങൾ സ്ഥാപിക്കപ്പെട്ടു. 1920 ൽ തന്നെ മലബാർ ഡിസ്ട്രിക്ട് ബോർഡും രൂപംകൊണ്ടു. ഡിസ്ട്രിക് ബോർഡിന്റെ രൂപീകരണം വിദ്യാഭ്യാസ വ്യാപനത്തിന് ഉത്തേജകമായിത്തീർന്നു. അതോടൊപ്പം ഡിസ്ട്രിക്ട് എജ്യുക്കേഷണൽ കൗൺസിലും രൂപംകൊണ്ടു. ഈ നയത്തി ന്റെ ഭാഗമായാണ് പ്രൈവറ്റ് മാനേജ്മെന്റ് സമ്പ്രദായം ആരംഭിച്ചത്. ചെറുകിട ജന്മിമാരേയോ നാട്ട് പ്രമാണിമാരേയോ കുടിപ്പള്ളിക്കൂടം നടത്തിപ്പുകാരേയോ കണ്ടുപിടിച്ച് വിദ്യാലയം തുടങ്ങാൻ ഏർപ്പാടാക്കു ന്നു. വിദ്യാലയം നടത്തിപ്പിന് സർക്കാർ അവരുമായി കരാർ ഉണ്ടാക്കു ന്നു. വർഷന്തോറും പ്രതിഫലമായി ഒരുതുക മാനേജർമാർക്ക് നൽകുന്നു. ഇതിന് ഗ്രാന്റ് എന്നുപറയുന്നു. അധ്യാപകരുടെ ശമ്പളവും സ്കൂൾ നടത്തിപ്പ് ചെലവും അടങ്ങുന്നതാണ് ഗ്രാന്റ്. ഗ്രാന്റ് ചെലവഴിക്കുന്ന തിൽ എപ്പോഴും ആക്ഷേപങ്ങൾക്ക് വഴിവെക്കാറുണ്ട്. അതുപോലെ അധ്യാപകരുടെ ജോലിസ്ഥിരതയെപ്പറ്റിയും ഗ്രാന്റ് നൽകുന്ന രീതിയെപ്പറ്റിയും ആക്ഷേപം ഉണ്ടായിരുന്നു. വലിയ ചൂഷണമാണ് ഈരംഗത്ത് നടമാടിയിരുന്നത്. ഡെപ്യൂട്ടി ഇൻസ്പെക്ടർ എന്ന വിദ്യാഭ്യാസ പരിശോധനാ ഉദ്യോഗസ്ഥന്റെ പേനയുമ്പിൽ തുടങ്ങി പല

കൈവഴികളിലൂടെ ഫയലുകൾ മറിഞ്ഞ് വാർഷിക ഗ്രാന്റ് എത്തുമ്പോൾ ആത്യന്തികമായി നഷ്ടമുണ്ടാകുന്നത് പാവം അധ്യാപകനായിരിക്കും. മറുവാക്ക് പറഞ്ഞാൽ മാനേജർ പിരിച്ചവിട്ടും. അധ്യാപകന്റെ പണി പോകും. ഇതിന് ഒരു അറുതി വരുത്തുന്നതിനുള്ള ദീർഘകാലത്തെ ആലോചനയുടേയും തീരുമാനത്തിന്റെയും ഭാഗമായാണ് മലബാർ അധ്യാപക സംഘടന പിറവിയെടുക്കുന്നത്. അധ്യാപക പ്രസ്ഥാനത്തി ന്റെ ആദ്യകാല നേതാക്കൾ അന്നത്തെ അനുഭവങ്ങൾ വിശദീകരിക്കാറു ണ്ട്. "ഗ്രാന്റ് കിട്ടികഴിഞ്ഞാൽ മാനേജർമാരുടെ മട്ടുമാറും. അധ്യാപകരെ വിളിച്ച് താൻ സ്കൂൾ നടത്തിപ്പ് പണി നിർത്തുകയാണെന്ന് പറയും. ഇങ്ങനെ കഷ്ടനഷ്ടങ്ങൾ സഹിച്ച് താൻ എന്തിന് സ്കൂൾ നടത്തണം. ആർക്ക് വേണ്ടിയാണ് ഇങ്ങിനെ ബുദ്ധിമുട്ടുന്നത്. കണ്ടില്ലേ ഗ്രാന്റ് കിട്ടിയത്. എത്രയാണെന്ന് അറിയോ?... അതിൽ മാഷേ നിങ്ങൾ ക്ക് തരേണ്ടത് 16 രൂപയാണ്. രജിസ്റ്ററിൽ ഒപ്പിട്. 8 രൂപയേ ഞാൻ നിങ്ങൾക്ക് തരികയുള്ളൂ. ഒപ്പിട്ട് കഴിഞ്ഞപ്പോൾ മാനേജർ പറഞ്ഞു. ഇതാ പിടിച്ചോ 4 രൂപ. ഒരു വർഷക്കാലം കഷ്ടപ്പെട്ട് ജോലിചെയ്ത അധ്യാപകന് മാനേജർ നൽകുന്നത് 4 രൂപ! പ്രതിഫലം! ദേശാഭിമാ നികളും പുരോഗമന ചിന്താഗതിക്കാരും വളരെ നിശിതമായി ഗ്രാന്റ്-ഇൻ-എയ്ഡ് സമ്പ്രദായത്തിലെ മാനേജമെന്റിന്റെ നിലപാടിനെ വിമർശിച്ചിരുന്നു. അഴിമതിക്കാരായ ഡെപ്യൂട്ടി ഇൻസ്പെക്ടർമാർ പലപ്പോഴും മാനേജ്മെന്റിന്റെ ഇത്തരം ചെയ്തികളെ അനുകൂലിച്ചിരു ന്നു. സഞ്ജയനെപ്പോല്ലുള്ളവർ ആക്ഷേപഹാസ്യത്തിലൂടെ നടത്തിയ വിമർശനങ്ങളിൽ ചില വരികൾ. ഗ്രാന്റ് വൈകുമ്പോഴുണ്ടാകുന്ന അധ്യാ പകന്റെ വേവലാതികൾ

ഗ്രാന്റ് നീ വേഗമിറങ്ങാൻ ഒരു
ബാന്റ് സംഗീതം ഇടങ്ങാൻ....
ആർക്കറിയാവൂ, ഹാ നിന്റെ ഗൂഢ
മാർഗ്ഗസഞ്ചാരം ഗ്രാന്റേ ?

മാനേജർമാരുടെ തോന്ന്യവാസങ്ങളെ ചോദ്യംചെയ്യാൻ ആദ്യഘട്ട ത്തിൽ അധ്യാപകർക്ക് ധൈര്യമുണ്ടായിരുന്നില്ല. സ്കൂൾ ഇൻസ്പെക്ടർ മാരിൽ പലരും കൈക്കൂലിക്കാരാണെന്ന് പറഞ്ഞുവല്ലോ. അതിനാൽ അധ്യാപകർക്ക് സർക്കാരിന്റെ ഭാഗത്തുനിന്നും സംരക്ഷണം ഒന്നും ലഭിച്ചില്ല. നാട്ടിൻപുറങ്ങളിലെ ജന്മികളെയും മറ്റ് പ്രമാണിമാരേയും വെറുപ്പിച്ചുകൊണ്ട് ബ്രിട്ടീഷ് ഭരണ കർത്താക്കളിൽനിന്നും അധ്യാപ കർക്ക് എന്ത് സംരക്ഷണം ലഭിക്കാൻ? ഈ സാഹചര്യത്തിലാണ് മലബാറിലെ ആദ്യ അധ്യാപക സംഘടന രൂപംകൊള്ളുന്നത്. അത്

1933 ൽ രൂപീകരിച്ച മണപ്പുറം എയ്ഡഡ് എലമെന്ററി ടീച്ചേർസ് യൂണിയൻ ആയിരുന്നു. എം.എസ്.നായർ, പി.പത്മനാഭൻ, എം.അ ച്യുതൻ നായർ തുടങ്ങിയവരായിരുന്നു നേതാക്കൾ. 1934ലോട് കൂടി മലബാറിൽ വ്യാപകമായി പ്രാദേശിക അധ്യാപക സംഘടനകൾ രൂപീകരിച്ചു. 1934 ൽ മൊറാഴ, കല്ല്യാശ്ശേരി, പാപ്പിനിശ്ശേരി ദേശങ്ങളിലും അധ്യാപക സംഘടനകൾ രൂപീകരിക്കപ്പെട്ടു. മലബാറിൽ പൊന്നാ നിമുതൽ ചിറക്കൽവരെയുള്ള 10 താലൂക്കുകളിലായി പതിനാലായിരം വരുന്ന എയ്ഡഡ് സ്കൂൾ അധ്യാപകർ സംഘടിച്ചു. 1935 ഫെബ്രുവരി 17 ന് തലശ്ശേരിയിൽ മലബാർ ജില്ലാ പ്രഥമ സമ്മേളനം നടന്നു. 1936 ൽ രണ്ടാംസമ്മേളനം വടകരയിലും. യൂണിയന്റെ പ്രവർത്തനങ്ങൾ പതുക്കെ പതുക്കെ താഴെതട്ടിൽ വ്യാപിക്കാൻ തുടങ്ങി. പി.ആർ.നമ്പ്യാർ, പി.എം. കുഞ്ഞിരാമൻ നമ്പ്യാർ, ടി.സി.നാരായണൻ നമ്പ്യാർ, വി.രാമുണ്ണി തുടങ്ങിയ നേതാക്കളുടെ ഫോട്ടോകളും സംഘടനാ വാർത്തകളും പത്രതാളുകളിൽ ഇടംപിടിക്കാൻ തുടങ്ങി.

ചിറക്കൽ താലൂക്ക് എയ്ഡഡ് എലമെന്ററി ടീച്ചേർസ് യൂണിയൻ രൂപംകൊള്ളുന്നത് ഈ സാഹചര്യത്തിലാണ്. കെ.വി.നാരായണൻ നമ്പ്യാർ, പി.എം.കുഞ്ഞിരാമൻ നമ്പ്യാർ, ഒ.വി.ഗോവിന്ദൻ നമ്പ്യാർ, സി.കെ.പണിക്കർ, സി.യശോദ എന്നിവർ യൂണിയന്റെ പ്രമുഖ നേതാക്ക ളായിരുന്നു. ബ്രിട്ടീഷ് സാമ്രാജ്യത്വത്തിന് അവരുടെ നാട്ടിൻപ്പുറങ്ങളിലെ സഖ്യ ശക്തികളായ ജന്മിനാട്ടുവാഴികൾക്കെതിരെയും അതിശക്തമായ സമരങ്ങൾ നടന്നിരുന്ന 1930 കൾ. കൃഷിക്കാരും തൊഴിലാളികളും ദേശീയ പ്രസ്ഥാനത്തിൽ അണിചേരുന്നതിനുവേണ്ടി കോൺഗ്രസ്സ് സോഷിലിസ്റ്റ് പാർട്ടി നടത്തിയ ഇടപെടലുകൾ ഫലം കണ്ടുതുടങ്ങി. നവോത്ഥാനം ഉയർത്തിവിട്ട ആശയങ്ങൾ സമൂഹത്തിൽ പ്രചരിക്കാൻ തുടങ്ങി. തൊട്ടുകൂടായ്മയ്ക്കും തീണ്ടിക്കൂടായ്മയ്ക്കും എതിരെയുള്ള പ്രചരണ - പ്ര ക്ഷോഭങ്ങൾ നാട്ടിലെങ്ങും വ്യാപകമായി. പാപ്പിനിശ്ശേരിയിൽ റെയിൽ വെസ്റ്റേഷൻ പരിസരത്ത് സഹോദര അയ്യപ്പന്റെ നേതൃത്വത്തിൽ പന്തി ഭോജനം നടന്നു. പുരോഗമനവാദികളായ ഒട്ടേറെ ജനങ്ങൾ ഇതിനെ പിന്തുണച്ചു. യാഥാസ്ഥിതികരും ഉല്പതിഷ്ണുക്കളും തമ്മിലുള്ള ശക്തമായ ആശയ സമരത്തിനും പ്രായോഗിക പ്രവർത്തനങ്ങൾക്കും വഴിവെച്ചു. സാമൂഹ്യമായ അടിച്ചമർത്തലിനെതിരെ ക്ഷേത്രപ്രവേശന അവകാ ശത്തിന് വേണ്ടി നടത്തിയ വേറിട്ട പോരാട്ടങ്ങൾ. ഇതിനെയൊക്കെ അടിച്ചമർത്താൻ ബ്രിട്ടീഷ് ഭരണകൂടത്തിന്റെ ശക്തമായ പിന്തുണ. ആ പിന്തുണ ലഭിച്ച കാലത്താണ് ഗ്രാമ ഗ്രാമാന്തരങ്ങളിലും പട്ടണ ഹൃദയ ങ്ങളിലും ആവേശം വിതറി സമരഗാഥകൾ മുഴക്കിക്കൊണ്ട് നിരവധി അധ്യാപക ജാഥകൾ പ്രയാണം നടത്തിയത്.

അധ്യാപനം രാഷ്ട്രസേവനം
രാഷ്ട്രസേവനം ജീവിത ലക്ഷ്യം
സ്വകാര്യ മാനേജ്മെന്റ് സമ്പ്രദായം അവസാനിപ്പിക്കുക.

അധ്യാപകരിൽ മഹാഭൂരിപക്ഷം പേരും കർഷക കുടുംബങ്ങ
ളിലെ അംഗങ്ങളായിരുന്നു. ഇവരാകട്ടെ കൃഷിക്കാരുടെ പ്രശ്നങ്ങൾ
ഏറ്റെടുത്ത് പ്രവർത്തിക്കുന്ന കർഷകസംഘടനകളുമായി നിരന്തരം
ബന്ധപ്പെടുന്നവരും ആയിരുന്നു. നാട്ടിൻ പുറങ്ങളിലെ അഭ്യസ്തവിദ്യർ
എന്ന നിലയിൽ ഇവർ വായനശാലാ പ്രവർത്തകരും അതോടൊപ്പം
നാടിന്റെ സ്വാതന്ത്ര്യത്തിനായി പൊരുതുന്ന ദേശീയ പ്രസ്ഥാന നേതാ
ക്കളുമായുള്ള ബന്ധം വേറേയും. "കർഷകർ-തൊഴിലാളി-ഗുരു എന്നീ ത്രി
മൂർത്തികൾ ആർഷഭാരത്തിൻ മെയ്യയിർ മനസ്സുകൾ" എന്ന ആശയം
നാട്ടിൽ പ്രചരിപ്പിക്കപ്പെട്ടു. ബ്രിട്ടീഷ് വിരുദ്ധവും ജന്മിനാട്ടുവാഴി വിരുദ്ധ
വുമായ ആശയങ്ങൾ നാട്ടിൽ പ്രചരിപ്പിച്ചിരുന്ന ത്രിത്വങ്ങളായി ഇവർ
പരിണമിച്ചു. അതിനാൽ അധ്യാപകർക്ക് വലിയ ബഹുജന പിന്തുണ
ലഭിച്ചു. സമരം ചെയ്തവരുന്ന അധ്യാപകരുടെ പ്രശ്നം ബഹുജന പ്ര
ശ്നമായി വളർന്നു.

അധ്യാപകർ കോൺഗ്രസ്സിന്റെയും കോൺഗ്രസ്സ് സോഷിലിസ്റ്റ്
പാർട്ടിയുടേയും പ്രവർത്തകരായി മാറുന്നത് മദ്രാസ് ഗവൺമെന്റിന്റെ
വിരോധത്തിന് കാരണമായി. അധ്യാപകരുടെ രാഷ്ട്രീയ പ്രവർത്തനം
നിരോധിച്ചുകൊണ്ട് മദ്രാസ് ഗവൺമെന്റ് ഉത്തരവിറക്കി. ഇത് അധ്യാപ
കരെ കൂടുതൽ രോഷാകുലരാക്കി. ഈ പശ്ചാതലത്തിൽ സമരത്തിൽ
പങ്കെടുത്ത അധ്യാപകരെ മാനേജർമാർ വ്യാപകമായി പിരിച്ചുവിടാൻ
തുടങ്ങി. മലബാറിൽ പൊതുവേയും ചിറക്കൽ താലൂക്കിൽ പ്രത്യേകിച്ചും
അധ്യാപക സംഘടന പ്രവർത്തനം വളരെയധികം ശക്തിപ്പെട്ടു.

എല്ലാ മാസവും ഏതെങ്കിലുമൊരു ശനിയാഴ്ച ഏതാനും സ്കൂളിലെ
അധ്യാപകർ ഏതെങ്കിലുമൊരു സ്കൂളിൽ ഒത്തുചേരുക പതിവാ
യിരുന്നു. ഇതിന് 'ഗുരുജന സമാജം' എന്നാണ് വിളിച്ചിരുന്നത്.
ഡെപ്യൂട്ടി ഇൻസ്പെക്ടറുടെ സാന്നിധ്യത്തിലാണ് ഇത് നടന്നിരുന്നത്.
ഇതിലെ പങ്കാളിത്തം ഹാജരായി കണക്കാക്കിയിരുന്നു. അതിനാൽ
മിക്കവാറും എല്ലാ അധ്യാപകരും ഹാജരുണ്ടാകും. ബ്രിട്ടീഷ് രാജാവിന്
സ്തുതി പാട്ടുകയാണ് മുഖ്യ അജണ്ട. "രാജാ പ്രത്യക്ഷ ദൈവം" എന്ന
സൂക്തം എല്ലാ സ്കൂളുകളിലും പ്രദർശിപ്പിച്ചിരുന്നുവല്ലോ. ശനിയാഴ്ച
ചേരുന്നതുകൊണ്ട് ഗുരുജന സമാജത്തെ 'ശനിയൻ സഭ' എന്ന് പരി
ഹാസപൂർവ്വം അധ്യാപകർ വിളിച്ചിരുന്നു. ഗവൺമെന്റിന്റേയും മാനേ
ജ്മെന്റിന്റേയും അധ്യാപക ദ്രോഹ നടപടികൾക്കെതിരെ ശനിയൻ

സഭ ബഹിഷ്ക്കരിക്കാൻ അധ്യാപകർ തീരുമാനിച്ചു. ഭൂരിപക്ഷം അധ്യാപകരും ബഹിഷ്ക്കരണ സമരത്തിൽ പങ്കെടുത്തിരുന്നു. പങ്കെ ടുക്കാത്തവരെ ശനിയൻ സഭയിൽ പിക്കറ്റിംഗ് ചെയ്തു.

അധ്യാപകർക്ക് രാഷ്ട്രീയ സ്വാതന്ത്ര്യം അനുവദിക്കുക

സർക്കാർ നേരിട്ട് ശമ്പളം നൽകുക

ജോലി സ്ഥിരത ഉറപ്പാക്കുക

എന്നീ ഡിമാന്റ്കൾവച്ച് സമരം ശക്തിപ്പെടുത്തി. തൊഴിലാളികളും കർഷകരും സമരത്തെ കാര്യമായി സഹായിച്ചു. അധികൃതർ അധ്യാപ കർക്കെതിരെ നിരവധി ശിക്ഷണ നടപടി കൈക്കൊണ്ടു. ചിറക്കിൽ താലൂക്കിലെ സമരം ചെയ്ത 51 അധ്യാപകരെ മാനേജ്മെന്റ് പിരിച്ചുവിട്ടു. പിരിച്ചുവിടലും മർദന നടപടികൾകൊണ്ടൊന്നും അധ്യാപകരെ പിൻതി രിപ്പിക്കാൻ സാധിക്കാതെ വന്നപ്പോൾ അധ്യാപക സംഘടനയെത്ത ന്നെ ഗവൺമെന്റ് നിരോധിച്ചു. അധ്യാപക നേതാക്കളെ കൂട്ടത്തോടെ അറസ്റ്റ് ചെയ്ത് ജയിലിൽ അടച്ചു. ഒടുവിൽ ജനകീയ പ്രതിഷേധത്തെ തുടർന്ന് തീരുമാനം ഗവൺമെന്റിന് പിൻവലിക്കേണ്ടിവന്നു.

അധ്യാപക പ്രസ്ഥാനത്തിന്റെ വളർച്ചയ്ക്കൊപ്പം ഇതര ജനവി ഭാഗങ്ങളെ സംഘടിപ്പിക്കുന്ന നേതൃനിരയിലും മലബാറിലുടനീളം അധ്യാപക നേതാക്കളുടെ പങ്കാളിത്തം കാണാം. ജനങ്ങളെ രാഷ്ട്രീയ മായി ആയുധമണിയിക്കാനും സ്വാതന്ത്ര്യ പ്രാപ്തിയടക്കമുള്ള അവകാശ പോരാട്ടങ്ങളിൽ അണിനിരത്താനും വേണ്ടിയുള്ള പ്രവർത്തനങ്ങളിൽ ഗ്രാമ ഗ്രാമാന്തരങ്ങളിൽ അധ്യാപകരും മറ്റുള്ളവരോടൊപ്പം മുഖ്യ പങ്ക് വഹിച്ചു. ഇതിനോടൊപ്പം തന്നെ സ്വാതന്ത്ര്യ അഭിവാഞ്ജയുള്ളവരും സാമ്രാജ്യത്വ വിരുദ്ധ മനസ്സുള്ളവരും ഇടതുപക്ഷ രാഷ്ട്രീയ ആഭിമുഖ്യമുള്ള വരുമായ ഒരു വിദ്യാർത്ഥി സമൂഹത്തെ സൃഷ്ടിക്കുന്നതിൽ അധ്യാപക പ്ര സ്ഥാനത്തിന്റെ പങ്ക് നിസ്തുലമാണ്. വർഗ്ഗ ബഹുജന സംഘടനപകളെ അവയുടെ പൊതുവായ സാമ്പത്തിക ആവശ്യങ്ങൾ ഉന്നയിക്കുന്നതി നോടൊപ്പം ജാതി-ജന്മി-നാട്ടവാഴി വിരുദ്ധവും സാമ്രാജ്യ വിരുദ്ധവുമായ മനോഭാവം ഉയർത്തിപ്പിടിക്കുവാൻ ജനങ്ങളെ പ്രാപ്തരാക്കുന്നതിന് അധ്യാപക പ്രസ്ഥാനത്തിന് വലിയ പങ്കുവഹിക്കുവാൻ സാധിച്ചിട്ടുണ്ട്. ഇത്തരം വിഭാഗങ്ങളെ സാമ്രാജ്യത്വ വിരുദ്ധപോരാട്ടങ്ങളിൽ അണി ചേർക്കുന്നതിന് അത് വഴി സാധിച്ചു. മലബാറിലെ പുരോഗമന രാഷ്ട്രീയ പ്രസ്ഥാനത്തിന്റെ വളർച്ചയിൽ മലബാർ അധ്യാപക പ്രസ്ഥാനം വഹിച്ച പങ്ക് ശ്രദ്ധേയമാണെന്ന് വിലയിരുത്തപ്പെട്ടിട്ടുണ്ട്. ചിറക്കൽ താലൂക്ക് അധ്യാപക പ്രസ്ഥാനത്തിന്റെ പ്രവർത്തകർ മൊറാഴ സംഭ വത്തിൽ പ്രതിചേർക്കപ്പെട്ടതും ഈ സാഹചര്യത്തിലാണ്.

യുവജനപ്രസ്ഥാനം

ദേശീയ പ്രസ്ഥാനം ശക്തിപ്രാപിക്കുന്നതോട്ടുകൂടി നിരവധി യുവജന പ്രസ്ഥാനങ്ങൾ ദേശീയതലത്തില്ും മലബാർ, കൊച്ചി, തിരുവിതാംക്ൂർ പ്രദേശങ്ങളില്ും രൂപം കൊണ്ടു. സംഘടന യുടെ ഉദ്ദേശ്യലക്ഷ്യങ്ങളെ കുറിച്ച് വലിയ ആശയ സമരങ്ങൾ രാജ്യ ത്തുടനീളം നടന്നിരുന്നു. ബ്രിട്ടീഷ് ഭരണത്തിനെതിരെ നടത്തിയിരുന്ന പ്രക്ഷോഭങ്ങൾ വമ്പിച്ച ബഹുജന പിന്തുണയാർജിച്ച് ശക്തിപ്പെട്ടന്ന ഘട്ടങ്ങളിൽ ഗാന്ധിജി പെട്ടെന്ന് അത്തരം സമരങ്ങൾ പിൻവലിച്ചത് ദേശീയ പ്രസ്ഥാന നേതാക്കളിൽ പലരിലും യുവാക്കളിൽ പ്രത്യേകിച്ചും വലിയ നിരാശയും പ്രതിഷേധവും ഉളവാക്കിയിരുന്നു. ഈ ഘട്ടത്തി ലാണ് 1926 മാർച്ചിൽ ദേശീയ പ്രസ്ഥാനത്തെ ഗാന്ധിയൻ രീതിയിൽനി ന്ന് വ്യത്യസ്തമായി നയിക്കാൻ ലക്ഷ്യമിട്ടുകൊണ്ട് ഭഗത്സിംഗ് സെക്ര ട്ടറിയായിക്കൊണ്ട് നൗജവാൻ ഭാരത് സഭ രൂപീകരിക്കുന്നത്. ഇത്തരം ഓരോ സംഭവ വികാസങ്ങളും രാജ്യം ഉടനീളം ഉറ്റനോക്കുന്നുണ്ടായിരു ന്നു. രാജ്യത്ത് വിവിധ സ്ഥലങ്ങളിൽ നടന്നുകൊണ്ടിരിക്കുന്ന ബ്രിട്ടീഷ് വിരുദ്ധ പോരാട്ടങ്ങൾ മനസ്സിലാക്കുന്നതിന് എ.വി.കുഞ്ഞമ്പു ഈ ഘട്ടത്തിലാണ് രാജ്യത്ത് ഉടനീളം സഞ്ചരിച്ച് കരിവെള്ളൂരിൽ തിരിച്ച് എത്തിചേരുന്നത്. സ്വന്തം നാട്ടില്ും ഒരു യുവജന സംഘടന രൂപീകരിക്ക ന്നതിനുള്ള താല്പര്യം എ.വി.ക്കുണ്ടായി. അങ്ങനെയാണ് 1934 ഏപ്രിൽ 13 ന് കരിവെള്ളൂരിൽ മലബാറിലെതന്നെ ശ്രദ്ധേയമായ യുവജന പ്രസ്ഥാനമായ അഭിനവ ഭാരത് യുവജന സംഘം രൂപീകൃതമാകുന്നത്. സംഘടനയുടെ ഉദ്ദേശ ലക്ഷ്യങ്ങൾ എ.വി.തന്നെയാണ് സമ്മേളന ത്തിൽ അവതരിപ്പിച്ചത്. നിയമലംഘന പ്രസ്ഥാനത്തിൽ പങ്കെട ത്തുകൊണ്ട് അറസ്റ്റ് ചെയ്യപ്പെട്ട് എ.വി.ജയിലിൽ അടക്കപ്പെട്ടിരുന്നു.

ഇന്ത്യയിലെ വിവിധ ഭാഗങ്ങളിൽനിന്നും സ്വാതന്ത്ര്യ സമരത്തിൽ പങ്കെടുത്ത് ജയിലിൽ അടക്കപ്പെട്ട നിരവധി വിപ്ലവകാരികളുമായി ബന്ധപ്പെടാൻ എ.വി.ക്ക് സാധിച്ചത് അദ്ദേഹത്തിന്റെ ജീവിതത്തിൽ വലിയ വഴിത്തിരിവായി. ഗാന്ധിജിയുടെ നിയമലംഘന സമരങ്ങൾ പെട്ടെന്ന് പിൻവലിക്കുമെന്നും ബ്രിട്ടീഷ്കാരുമായി സന്ധിചെയ്യുമെന്നും ഗാന്ധിയൻ രീതിയില്ലുള്ള സമരങ്ങൾ ദേശീയ പ്രസ്ഥാനത്തെ ലക്ഷ്യ ത്തിലെത്തിക്കുകയില്ലെന്നും മറ്റുമുള്ള വിമർശനങ്ങളാണ് മേൽപ്പറഞ്ഞ വിപ്ലവകാരികൾ ഉന്നയിച്ചത്. പലപ്പോഴും അത്തരം വിമർശനങ്ങൾ ശരിവെക്കുന്ന നിലപാടാണ് ഗാന്ധിജി സ്വീകരിച്ചിരുന്നത്. ഗാന്ധിജി യുടെ വലിയ വിമർശകനായാണ് എ.വി.ജയിലിൽ നിന്നും ഇറങ്ങിയത്. അനുശീലൻ പ്രസ്ഥാനത്തിന്റെ തീവ്രമായ ആശയങ്ങൾ യുവാവായ എ.വി.യെ അഗാധമായി സ്വാധീനിക്കുകയും ചെയ്ത. ഈ പശ്ചാത്തല ത്തിലാണ് എ.വി. അഭിനവ് ഭാരത് യുവക് സംഘം രൂപീകരിക്കുന്നതിന് നേതൃത്വം നൽകുന്നത്. എം.പി.അപ്പുമാസ്റ്റർ, പി.കുഞ്ഞിരാമൻ, കെ.കൃ ഷ്ണൻ മാസ്റ്റർ തുടങ്ങിയവരായിരുന്ന എ.വി.ക്കൊപ്പം നേതൃത്വത്തിൽ പ്രവർത്തിച്ചത്. ഈ കാലഘട്ടത്തിൽ മലബാറിൽ ഉയർന്നുവന്ന സോഷിലിസ്റ്റ് ആശയങ്ങൾക്കൊപ്പവും കർഷകസമരങ്ങൾക്കൊപ്പവും പ്രവർത്തിച്ചതിനാൽ അനുശീലൻ സമിതിയുടെ ഭീകരവാദ ആശയങ്ങ ളുടെ പാതയിലേക്ക് എ.വി.യും യുവക് സംഘവും വ്യതിചലിച്ചില്ല.

യുവക് സംഘത്തിന്റെ ലക്ഷ്യപ്രഖ്യാപനത്തിൽനിന്ന് "ബഹു ജനങ്ങളുടെ അവശതകൾക്കെല്ലാം അറുതി ഉണ്ടാകുമാറ് ഒരു സമ്പൂർണ്ണ സാമ്പത്തിക ജനാധിപത്യം ഈ രാജ്യത്ത് സ്ഥാപിച്ച് കാണുവാനാണ്.... ഇന്നത്തെ സാമൂഹ്യ ഘടനയിലെ പൊരുത്തമില്ലാത്ത തകിടം മറിക്കാനുള്ള... പരിശ്രമത്തിലാണ് ഞങ്ങൾ ഏർപ്പെട്ടിട്ടുള്ളത്. നാട്ടിലെ ജന്മി മുതലാളി പിൻതിരിപ്പൻ ശക്തികൾക്ക് കോൺഗ്രസ്സിൽ തന്നെ സ്വാധീനമുള്ള ഇക്കാലത്ത് യുവജനങ്ങളെ ഭിന്നിപ്പിക്കാനും ഈ ശക്തികൾ മുതിരാതിരിക്കില്ല... അങ്ങിങ്ങായി ചിതറിക്കിടക്കുന്ന യുവജന സംഘടനകളോട് ഞങ്ങൾ അഭ്യർത്ഥിക്കുന്ന; ഒത്തുകൂടുക ഒരു ഐക്യസംഘടനയിൽ അണി നിരക്കുക". ഈ ലക്ഷ്യപ്രഖ്യാപന രേഖ ആകാലഘട്ടത്തിലെ പുരോഗമന ജനാധിപത്യ യുവജന സംഘടന യുടെ ലക്ഷ്യവും മാർഗ്ഗവും വ്യക്തമാക്കുന്നതാണ്.

യുവജന സംഘത്തിന്റെ പ്രവർത്തനം ക്രമേണ മലബാറിലെ ഇതര പ്രദേശങ്ങളിലും വ്യാപിച്ച. കല്ല്യാശ്ശേരിയിൽ കെ.പി.ആർ.ഗോപാലൻ, ഇ.കെ.നായനാർ, ഇ.നാരായണൻ നായനാർ, പി.കുമാരൻ മാസ്റ്റർ, കെ.വി.നാരായണൻ നമ്പ്യാർ തുടങ്ങിയവർ യുവക് സംഘത്തിന്റെ

പ്രവർത്തകരായി. 'പിന്നിട്ട വഴികൾ' എന്ന തന്റെ ആത്മകഥയിൽ നായനാർ കല്ല്യാശ്ശേരിയിലെ യുവജന സംഘടനാ പ്രവർത്തനങ്ങളെ പറ്റി അനുസ്മരിക്കുന്നുണ്ട്. ചിറക്കൽ താലൂക്കിൽ മിക്ക വില്ലേജുകളിലും യുവജന സംഘടനയുടെ ഘടകങ്ങൾ രൂപീകരിക്കപ്പെട്ടു. ഗ്രാമീണ ജനതയിൽ പ്രത്യേകിച്ച് യുവജനങ്ങളിൽ ശക്തമായ സ്വാധീനമുണ്ടാ ക്കാൻ യുവക് സംഘത്തിന് കഴിഞ്ഞു. നാട്ടിലെ ജന്മിമാരുടെ പ്രേര ണയാൽ ഗുണ്ടകൾ യുവക് സംഘത്തിന് എതിരെ തിരിഞ്ഞു. ചില ഇടങ്ങളിൽ യുവക് സംഘം പ്രവർത്തകരെ ശാരീരികമായി ആക്രമി ക്കുന്ന സ്ഥിതിയുണ്ടായി.

സംഘം എല്ലാവർഷവും കൃത്യമായി വാർഷിക സമ്മേളനം നടത്തിയി രുന്നു. ആദ്യ വാർഷിക സമ്മേളനം 1936 ൽ പ്രമുഖ സാമൂഹ്യ പരിഷ്കർ ത്താവും മലബാറിലെ നവോത്ഥാന നായകരിൽ പ്രമുഖനും വേദാന്ത നിപുണനുമായ വാഗ്ഭടാനന്ദ ഗുരുദേവനായിരുന്നു ഉദ്ഘാടനം ചെയ്തത്. ജനനം കൊണ്ട് മഞ്ചലിൽ സഞ്ചരിക്കാൻ അവകാശമില്ലാത്ത സാമൂഹ്യ വിഭാഗത്തിൽപെട്ട ഭാഗ്ഭടാനന്ദനെ മഞ്ചലിൽ ചുമക്കാൻ മഞ്ചൽ ചുമ ക്കുന്നവർ തയ്യാറായില്ല. മഞ്ചലിൽ കയറുന്നതിനേയും അവർ എതിർത്തു. "ഭാഗ്ഭടാനന്ദനെ ഞങ്ങൾ മഞ്ചലിൽ കൊണ്ടുപോകും ആരാണ് തടയു ന്നതെന്ന് കാണട്ടെ. തടഞ്ഞാൽ ദൈവംതമ്പുരാനായാലും പിന്നെ കിഴക്കോട്ട് പോകില്ല." എ.വി.യുടെ ഗർജ്ജനം! രൂക്ഷമായ നോട്ടവും! തടസ്സം നിന്നവർ പേടിച്ച് പിന്മാറി. തൊട്ട് കൂടായ്മയും തീണ്ടിക്കൂടായ്മയും മറ്റ് അനാചാരങ്ങളും ഏറ്റവും വർജ്ജിക്കേണ്ട തിന്മയാണെന്ന് വേദാന്ത ദർശനങ്ങളെ ഉദ്ധരിച്ചുകൊണ്ട് ഉദ്ഘാടന പ്രസംഗത്തിൽ വാഗ്ഭ ടാനന്ദൻ ഉദ്ഘോഷിച്ചു. അയിത്തത്തിനും അന്ധവിശ്വാസങ്ങൾക്കും അനാചാരങ്ങൾക്കും എതിരെ പോരാടാൻ അദ്ദേഹം യുവജനങ്ങളോട് ആഹ്വാനം ചെയ്തു. സമ്മേളനത്തിന്റെ സന്ദേശം മലബാറിലെ ജനങ്ങ ളിൽ വലിയ ആവേശം ഉളവാക്കി.

കർഷക സംഘത്തിന്റെയും യുവക് സംഘത്തിന്റെയും സംയുക്ത സമ്മേളനം 1938 ഒക്ടോബർ 2 ന് ചെറുവഞ്ചേരിൽ ചേർന്നു. 800 ൽ കൂടുതൽ പ്രതിനിധികൾ പ്രസ്തുത സമ്മേളനത്തിൽ പങ്കെടുത്തു. കൂടാതെ 100 വളണ്ടിയർമാരും. മലബാർ സ്പെഷൽ പോലീസ് ഉദ്യോഗം വലി ച്ചെറിഞ്ഞ് ദേശീയ പ്രസ്ഥാനത്തിലേക്ക് വന്ന സർദ്ദാർ ചന്ത്രോത്ത് എന്ന് പിന്നീട് അറിയപ്പെട്ട ചന്ത്രോത്ത് കുഞ്ഞിരാമൻ നായർ ആയിരുന്ന വളണ്ടിയർ ക്യാപ്റ്റൻ. കമലേശ്വര റാവുവായിരുന്ന സമ്മേളനത്തിൽ അദ്ധ്യക്ഷത വഹിച്ചത്. സമ്മേളനത്തിന്റെ അലയൊലികൾ ചിറക്കൽ താലൂക്കിലെ ഗ്രാമ ഗ്രാമാന്തരങ്ങളിൽ ആവേശപൂർവ്വം അലയടിച്ചു.

1939 ലെ ബക്കളം രാഷ്ട്രീയ സമ്മേളനത്തോടനുബന്ധിച്ചും യുവജന സമ്മേളനം നടന്നിരുന്നു. തിരുവിതാംകൂറിലെ യുവജന സംഘടനയായ യൂത്ത്ലീഗിന്റെ പ്രതിനിധി ബക്കളം സമ്മേളനത്തിൽ പങ്കെടുത്തിരുന്നു. യുവക് സംഘത്തിന്റെ വളർച്ചയിൽ പി.കൃഷ്ണപിള്ള, ഇ.എം.എസ്., കെ. ദാമോദരൻ ഇടങ്ങിയ നേതാക്കൾ പ്രത്യേകം താല്പര്യം എടുത്തിരുന്നു.

ബാലസംഘം

മലബാറിലെ ദേശീയ പ്രസ്ഥാനത്തിന്റെ ഭാഗമായി തന്നെ കുട്ടിക ളുടെ പ്രസ്ഥാനമായ ബാലസംഘവും കെട്ടിപ്പടുത്തിരുന്നു. ദേശീയ സ്വാതന്ത്ര്യ സമരത്തിൽ കുട്ടികളുടെ പങ്ക് ഉറപ്പാക്കുന്നതിന് സജീവമായി പ്രവർത്തിച്ചത് പി.കൃഷ്ണപിള്ളയായിരുന്നു. ചിറക്കൽ താലൂക്കിൽ ബാല ഭാരത സഭക്ക് 700 ൽപ്പരം യ്യൂണിറ്റ്കൾ ഉണ്ടായിരുന്നു. കെ.പി. ആർ.ഗോപാലൻ, ഇ.കെ.നായനാർ, കെ.പി.ആർ.രയരപ്പൻ, കെ.വി. നാരായണൻ നമ്പ്യാർ തുടങ്ങിയവർ ബാല ഭാരതസഭയുടെ ആദ്യകാല നേതാക്കളായിരുന്നു. ഇ.കെ.നായനാർ, ബെർലിൻ കുഞ്ഞനന്തൻ നായർ എന്നിവർ ഭാരവാഹികളായി കല്ല്യാശ്ശേരിയിൽ ബാലസംഘം സംഘടന രൂപീകരിക്കപ്പെട്ടു. രണ്ടാം ലോക മഹായുദ്ധകാലത്ത് ജാപ്പ് വിരുദ്ധ ബാലസംഘം എന്നപേരിലും കുട്ടികളുടെ സംഘടന പ്രവർത്തിച്ചു. അതുവഴി പോലീസിന്റെ ശ്രദ്ധതൽക്കാലത്തേക്കെങ്കിലും വഴി തിരിച്ചുവിടാൻ കഴിഞ്ഞു. പോലീസിന്റെ നീക്കങ്ങളെ നിരീക്ഷിച്ച് കൃത്യസമയത്ത് സ്വാതന്ത്ര്യ സമര സേനാനികൾക്ക് വിവരങ്ങൾ കൈമാ റുന്നതിനും എഴുത്തു കുത്തുകൾ മറ്റ് സ്ഥലങ്ങളിൽ എത്തിക്കുന്നതിലും ബാലസംഘം പ്രവർത്തകർ മുഖ്യ പങ്ക് വഹിച്ചിരുന്നു.

തൊഴിലാളി പ്രസ്ഥാനം

മുപ്പതുകളുടെ മദ്ധ്യത്തോടെയാണ് മലബാറിൽ തൊഴിലാളി പ്രസ്ഥാനം ശക്തിപ്രാപിക്കാൻ തുടങ്ങിയത്. മാങ്ങാട്ടുപറമ്പ് കല്ല് കൊത്ത് തൊഴിലാളികൾക്ക് 1920 മുതൽ തന്നെ സംഘടന ഉണ്ടാ യിരുന്നു വെന്ന് സൂചിപ്പിച്ചുവല്ലോ. മൊറാഴ, കല്യ്യാശ്ശേരി, ആങ്ങർ പ്രദേശങ്ങൾ ഒരു കാർഷിക പ്രാധാന്യ മേഖലയായിരുന്നു. വൻകിട വ്യവസായങ്ങൾ ഒന്നുംതന്നെ ഉണ്ടായിരുന്നില്ല. കണ്ണൂർ, കോഴിക്കോട്, ഫറോക്ക് എന്നിവിടങ്ങളിലെ കോട്ടൺ മിൽ, ടൈൽസ് ഫാക്ടറി എന്നിവയിലാണ് മലബാറിൽ തൊഴിലാളികളുടെ ആദ്യകാല സമര ങ്ങൾക്ക് സാക്ഷ്യം വഹിച്ചത്. ഈ കാര്യങ്ങൾ പി.നാരായണൻ നായർ "അരനൂറ്റാണ്ടിലൂടെ" എന്ന തന്റെ ഗ്രന്ഥത്തിൽ സാക്ഷ്യപ്പെടുത്തുന്നു ണ്ട്. 1934-35 കാലത്ത് തൊഴിലാളികൾ നടത്തിയ സമരത്തിന്റെ ഭാഗമായി ജോലിസമയം ആഴ്ചയിൽ 60 മണിക്കൂറിൽ നിന്ന് 54 മണി ക്കൂറായി ഗവ:ന് കുറക്കേണ്ടി വന്നിരുന്നു. കോൺഗ്രസ് സോഷ്യലിസ്റ്റ് പാർട്ടി നേതാക്കളായ പി.കൃഷ്ണപിള്ള, എ.കെ.ജി., കെ.പി.ഗോപാലൻ, പി.നാരായണൻ നായർ, എൻ.സി.ശേഖർ, കെ.ദാമോദരൻ എന്നിവർ തൊഴിലാളികളെ സംഘടിപ്പിക്കുവാൻ നിരന്തരം പരിശ്രമിച്ചുകൊണ്ടി രുന്നു. കൃഷ്ണപിള്ളയുടെയും എ.കെ.ജിയുടേയും സജീവമായ പരിശ്ര മഫലമായിട്ടാണ് മലബാറിൽ ശക്തമായ തൊഴിലാളി പ്രസ്ഥാനം കെട്ടിപ്പടുക്കുവാൻ സാധിച്ചിട്ടുള്ളത്. സോപ്പ് തൊഴിലാളിയൂണിയൻ പി.നാരായണൻ നായരുടെ നേതൃത്വത്തിലും ചുമട്-കട തൊഴിലാളി യൂനിയൻ കെ.ദാമോദരന്റെയും നേതൃത്വത്തിൽ രൂപീകൃതമായവയാണ്.

ഇതേകാലത്തുതന്നെ കണ്ണൂരിൽ ബീഡിതൊഴിലാളി യൂനിയൻ സംഘടിക്കപ്പെട്ടു. അക്കാലത്ത് മംഗലാപുരത്ത് ബീഡിതൊഴിലാളി യൂനിയൻ സംഘടന പ്രവർത്തിച്ചിരുന്നു. ഈ യൂനിയനിലെ കണ്ണൂർകാരായ ചില പ്രവർത്തകരാണ് തങ്ങളുടെ കണ്ണൂരിലെ സുഹൃത്തുക്കളുടെ സഹായത്തോടെ ബീഡിതൊഴിലാളി യൂനിയൻ സംഘടിപ്പിച്ചത്. 1935 ൽ കണ്ണൂരിൽ ബീഡിതൊഴിലാളി സമ്മേളനം വിളിച്ചചേർക്കുകയും യൂനിയന്റെ പ്രസിഡണ്ടായി പോത്തേര മാധവനെ തെരഞ്ഞെടുക്കുകയും ചെയ്തു. സി.കണ്ണൻ, ചേനോളി ദാമോദരൻ, കോട്ടി കൃഷ്ണൻ, ചാത്തു കുഞ്ഞിരാമൻ തുടങ്ങിയവർ നേതൃത്വം നൽകി.

വ്യക്തമായ രാഷ്ട്രീയ മുദ്രാവാക്യങ്ങളുടെ അടിസ്ഥാനത്തിൽ അല്ലെങ്കിലും 1936 ൽ തന്നെ പാപ്പിനിശ്ശേരിയിൽ ആറോൺ മിൽ തൊഴിലാളികൾ സംഘടിക്കുവാൻ ആരംഭിച്ചിരുന്നു. മില്ലിലെ മാണിക്കോരൻ എന്ന തൊഴിലാളിയെ വീവിങ്ങ് മാസ്റ്റർ മർദ്ദിച്ചു. തുടർന്ന് മർദ്ദനമേറ്റ തൊഴിലാളി മാണിക്കോരൻ വീവിങ്ങ് മാസ്റ്ററെ തിരിച്ചടിച്ചു. വർക്സ് മാനേജർ ആയ സുമിത്രൻ ആറോൺ മാണിക്കോരനെ പിരിച്ചുവിട്ടു. പിരിച്ചുവിട്ട തൊഴിലാളിയെ തിരിച്ചെടുക്കണമെന്നാവശ്യപ്പെട്ട് പവർ ലൂം വിഭാഗം തൊഴിലാളികൾ പണിമുടക്കി. സമരം നീണ്ടുപോയി. സമരം മുന്നോട്ട് കൊണ്ടുപോകുന്നതിന് വഴിതേടി തൊഴിലാളികൾ കല്ല്യാശ്ശേരിയിലെ കോൺഗ്രസ് നേതാക്കളെ സമീപിച്ചു. കെ.പി. ആർ.ഗോപാലൻ, വിഷ്ണുഭാരതീയൻ, കേരളീയൻ തുടങ്ങിയവർ ഇടപെട്ട് മാണിക്കോരനെ തിരിച്ചെടുത്തുകൊണ്ട് തൊഴിലാളി സമരം ഒത്തുതീർപ്പിലാക്കാൻ ആവശ്യപ്പെട്ടു. ഫലമുണ്ടായില്ല. തദവസരത്തിൽ നാട്ടിൽ ഇല്ലാതിരുന്ന സാമുവൽ ആറോൺ തിരിച്ചെത്തിയെങ്കിലും അദ്ദേഹം തന്റെ സഹോദരൻ സുമിത്രൻ ആറൊന്റെ തീരുമാനം ശരിവെക്കുകയാണ് ചെയ്തത്. മാത്രമല്ല പണിമുടക്കിയ നേതാക്കളെ അച്ചടക്കത്തിന്റെ പേരിൽ പിരിച്ച് വിട്ടുകയും ചെയ്തു. ഈ ഘട്ടത്തിൽ പി.കൃഷ്ണപിള്ള ഇടപെട്ട് സമരം ഒത്തുതീർപ്പിലെത്തിച്ചു. മൊറാഴയിലേയും പരിസര ഗ്രാമങ്ങളിലേയും നിരവധി തൊഴിലാളികൾ ഈ പണിമുടക്കിൽ പങ്കെടുത്തു. പാച്ചേനി കുഞ്ഞിരാമൻ ഉൾപ്പെടെ മൊറാഴയിലെ പിൽക്കാല നേതാക്കളും പ്രവർത്തകരും തങ്ങളുടെ രാഷ്ട്രീയ ഗുരുസ്ഥാനത്ത് പ്രതിഷ്ഠിച്ച സി.എച്ച്.നാരായണൻ മാസ്റ്റർ ആറോൺ മിൽ സമരത്തിൽ പങ്കെടുത്തതിനെത്തുടർന്ന് പിരിച്ചുവിടപ്പെട്ട തൊഴിലാളിയായിരുന്നു.

1937 ൽ ജയപ്രകാശ് നാരായണന്റെ പാപ്പിനിശ്ശേരി സന്ദർശനം കോൺഗ്രസ് സോഷ്യലിസ്റ്റ് പാർട്ടിയുടെ വളർച്ചയുടേയും തൊഴിലാളി സംഘടനയുടെ മുന്നേറ്റത്തിന്റേയും ഘട്ടത്തിൽ നടന്ന

അവിസ്മരണീയമായ സംഭവമായിരുന്നുവെന്ന് ഇതിനുമുമ്പ് സൂചിപ്പിച്ചിരു ന്നുവല്ലോ. സഹോദരൻ അയ്യപ്പന്റെ നേതൃത്വത്തിൽ പാപ്പിനിശ്ശേരിയിൽ പന്തി ഭോജനം നടത്തി. പരിസരദേശങ്ങളിൽ നിന്നും നിരവധിയാ ളുകൾ ഇതിൽ പങ്കുകൊണ്ടു. ഇതിൽ പങ്കെടുത്ത കണ്ണോട്ടികണ്ണൻ എന്നയാളുടെ വിവാഹം മുടക്കാൻ യാഥാസ്ഥിതികർ ശ്രമിച്ചെങ്കിലും ഫലിച്ചില്ല. തുടർന്ന ആറോൺമില്ലിൽ തൊഴിലാളി സംഘടന രൂപീ കരിക്കപ്പെട്ടു. കോൺഗ്രസ്സ് സോഷ്യലിസ്റ്റുകാരായ നേതാക്കളുമായി ബന്ധപ്പെട്ട് യൂണിയൻ പ്രവർത്തിക്കാൻ തുടങ്ങി. തൊഴിലാളികൾ ഭൂരിപക്ഷവും പാപ്പിനിശ്ശേരി, കല്ല്യാശ്ശേരി, മൊറാഴ, പറശ്ശിനിക്കടവ്, കണ്ണപുരം തുടങ്ങിയ പരിസരഗ്രാമങ്ങളിൽ നിന്നുള്ള കർഷക കുടുംബാം ഗങ്ങൾ ആയിരുന്നു. തൊഴിലാളികൾ അവരവരുടെ പ്രദേശങ്ങളിൽ ദേശീയ പ്രസ്ഥാനത്തിന്റെ നേതാക്കളുമായി പല പ്രവർത്തനങ്ങളിലും സഹകരിക്കുന്നവരുമായിരുന്നു. ആറോൻമിൽ ഓട്ടുകമ്പനിക്ക് മണ്ണെടു ക്കുമ്പോൾ മണ്ണിടിഞ്ഞ് വീണ് മരിച്ചതൊഴിലാളിയുടെ മൃതദേഹത്തെ അനുഗമിക്കാൻ അനുവദിക്കാതിരുന്ന ആറോന്റെ നടപടിയിൽ പ്ര തിഷേധിച്ച യൂണിയൻ സെക്രട്ടറിയെ കമ്പനിയിൽ നിന്ന് പിരിച്ചുവിട്ടു. ഇത്തരം സന്ദർഭങ്ങളിൽ കോൺഗ്രസ് സോഷ്യലിസ്റ്റ് പാർട്ടിയും ആറോൺമിൽ തൊഴിലാളി സംഘടനയും നല്ല ബന്ധം സ്ഥാപിക്ക ന്നതിന് വഴിവെച്ചു.

1936 ൽ പറശ്ശിനിക്കടവിൽ നടന്ന ചിറക്കൽ താലൂക്ക് കർഷക സമ്മേളനത്തിന്റെ വിജയത്തിനായി പ്രവർത്തിച്ചവരിൽ ആറോൺമിൽ തൊഴിലാളികളും ഉണ്ടായിരുന്നു. 1934 ൽ പാപ്പിനിശ്ശേരിയിൽ രൂപീകൃ തമായ അധ്യാപക സംഘടനയുമായും യൂണിയൻ സഹകരിച്ച് പ്രവർ ത്തിച്ച. ഇത്തരം സംഘടനകളുടെ രൂപീകരണത്തോടൊപ്പം തന്നെ പ്രായോഗിക പ്രവർത്തനങ്ങളിലുള്ള പരസ്പര സഹകരണം തൊഴിലാളി കർഷക വർഗ്ഗ ഐക്യത്തിലേക്ക നയിച്ച. 1939 ൽ ശക്തമായ യൂണിയൻ പ്രവർത്തനം വ്യക്തമായ രാഷ്ട്രീയ കാഴ്ചപ്പാടോടെ ആറോൺ കമ്പനിയിൽ ആരംഭിച്ച. കമ്പനിയിലെ തൊഴിലാളി അല്ലാത്ത ഇ.കെ നായനാരായിരുന്ന യൂണിയൻ സെക്രട്ടറി. ദേശീയ സ്വാതന്ത്ര്യ സമരവു മായി വ്യക്തമായി കണ്ണിചേർത്തുകൊണ്ട് ഒരു ശക്തമായ സമരം 1940 ഏപ്രിൽ മാസം 15 ന് ആരംഭിച്ച. രണ്ടാം ലോകയുദ്ധം 1939 ൽ ആരംഭിച്ച പശ്ചാത്തലത്തിൽ ഇന്ത്യ യുദ്ധത്തിൽ നിന്ന് പിൻമാറുക, പിരിച്ചുവിട്ട തൊഴിലാളികളെ തിരിച്ചെടുക്കുക, ട്രേഡ് യൂണിയൻ സ്വാതന്ത്ര്യം അനു വദിക്കുക.- തുടങ്ങിയ മുദ്രാവാക്യങ്ങളാണ് തൊഴിലാളികൾ സമരത്തിൽ ഉന്നയിച്ചത്. കോൺഗ്രസ്സ് സോഷ്യലിസ്റ്റ്, പിന്നീട് കമ്മ്യൂണിസ്റ്റ്

നേതാക്കളുടെ നിരന്തര സന്ദർശനം ഈ പ്രദേശത്തെ മലബാറിലെ സ്വാതന്ത്ര്യസമര പ്രസ്ഥാനത്തിന്റെ ഒരു ശ്രദ്ധാകേന്ദ്രമായി മാറിയിരുന്നു. ഒരു ഘട്ടത്തിൽ ജയപ്രകാശ് നാരായണൻ ഇവിടം സന്ദർശിക്കുകയുണ്ടായി. കെ.പി.ആർ ഗോപാലൻ, വിഷ്ണുഭാരതീയൻ, കേരളീയൻ, ടി.സി നാരായണൻ നമ്പ്യാർ, എ.വി കുഞ്ഞമ്പു, വില്യംസ്നലക്സ് തുടങ്ങിയവർ പാപ്പിനിശ്ശേരിയെ തങ്ങളുടെ പ്രവർത്തന കേന്ദ്രമാക്കി കൃഷ്ണപ്പിള്ള, എ,കെ,ജി തുടങ്ങിയ നേതാക്കൾ ഇടയ്ക്കിടെ പാപ്പിനിശ്ശേരിയിൽ സന്ദർശനം നടത്തി. സമരം അടിച്ചമർത്താൻ സാമുവർ ആരോന്റെ നിർദ്ദേശാനുസരണം സർക്കാർ പ്രത്യേക സംവിധാനം ഒരുക്കി. സബ് ഇൻസ്പെക്ടർ കുട്ടികൃഷ്ണമേനോന്റെ നേതൃത്വത്തിൽ വലിയ പോലീസ് സന്നാഹം തന്നെ ക്യാമ്പ് ചെയ്തു. ജാഥകളും പിക്കറ്റിങ്ങുകളും പോലീസ് നിഷ്ഠുരമായി അടിച്ചമർത്താൻ ശ്രമിച്ചു. ഈ പ്രദേശങ്ങളിൽ പോലീസ് നിരോധനാജ്ഞ പ്രഖ്യാപിച്ചു. ഇ.കെ നായനാർ, വിഷ്ണു ഭാരതീയൻ, കാന്തലോട്ട കുഞ്ഞമ്പു അടക്കമുള്ള നേതാക്കളെ അറസ്റ്റ് ചെയ്തു. സമര മുഖത്തെ അനുഭവങ്ങൾ "പിന്നിട്ട വഴികളിൽ" നായനാർ ഓർക്കുന്നു.

"ഒരു ദിവസം ഒരു തൊഴിലാളി ചോദിച്ചു. പണിമുടക്കം തുടർന്നാൽ നമ്മൾ എന്തുചെയ്യും? കുട്ടികൾ വിശന്ന് കരയുന്നു. അവർക്ക് ഒരു നേരത്തെ ആഹാരം നൽകാൻ കഴിയുന്നില്ല."…. ഞാൻ ഈ വിവരം എ.കെ.ജിയോടും കൃഷ്ണപ്പിള്ളയോടും പറഞ്ഞു. "കർഷകർ ഫാക്ടറി തൊഴിലാളികളെ സഹായിക്കട്ടെ. നാളെ മുതൽ അതിന് ശ്രമം ആരംഭിക്കാം." എ.കെ.ജി പറഞ്ഞു. ഞങ്ങൾ കല്ല്യാശ്ശേരി, മൊറാഴ, പറശ്ശിനിക്കടവ്, കണ്ണപുരം എന്നിങ്ങനെ ചുറ്റമുള്ള ഗ്രാമങ്ങളിലേക്ക് പോയി. കർഷക യൂനിയൻ നേതാക്കളമായി ചർച്ച ചെയ്തു. മിൽ തൊഴിലാളികളെ സഹായിക്കാൻ കർഷകർ തയ്യാറായി. കിസാൻ യൂണിയനുകൾ ഗ്രാമങ്ങളിൽ നിന്നും ഭക്ഷണ പദാർത്ഥങ്ങൾ സംഭരിച്ചു. പാപ്പിനിശ്ശേരിയിലെ ഫാക്ടറി തൊഴിലാളി യൂണിയൻ ആഫീസിലേക്ക്കൊണ്ടുവന്നു. ഓരോ തൊഴിലാളിയും തന്റെ കുടുംബത്തിന് വേണ്ട ആഹാരസാധനങ്ങൾ എടുത്തു. ഇത് പുതിയ ഒരു അനുഭവമായിരുന്നു. തൊഴിലാളി കർഷക ബന്ധത്തിൽ പുതിയ അധ്യായം കുറിച്ചു." ഒരു ഒത്തുതീർപ്പ് ചർച്ചപോലുമില്ലാതെ സമരം തുടർന്നു. കോൺഗ്രസ്സ് ഈ സമരത്തെ അടിച്ചമർത്താൻ കൂട്ടനിന്നു. കൃഷ്ണപിള്ള തൊഴിലാളികളെ വിളിച്ചുകൂട്ടി പറഞ്ഞു. "നമ്മൾ തൊഴിലാളികൾ തോല്ലാൻ ജനിച്ചവരല്ല. നമ്മളിൽ ഒരാളെങ്കിലും ജീവിച്ചിരിക്കുന്നിടത്തോളം കാലം നമ്മൾ സമരം തുടരും". പോലീസ് അടിച്ചമർത്തലിനെ അവഗണിച്ചുകൊണ്ട് സമൂഹത്തിലെ വിവിധവിഭാഗം ജനങ്ങൾ സമരം ചെയ്യുന്ന തൊഴിലാളികളെ

സഹായിക്കാൻ മുന്നോട്ട വന്നു. സമരം നീട്ടിക്കൊണ്ടുപോയി തൊഴിലാ ളികളെയും കുടുംബത്തെയും പട്ടിണിക്കിട്ട് സമരം പൊളിക്കാനായിരുന്നു ആരോന്റെ ഗൂഢപദ്ധതി. എന്നാൽ ചുറ്റുമുള്ള ഗ്രാമങ്ങളിലെ കർഷകർ, കല്ലുകൊത്ത് തൊഴിലാളികൾ, അധ്യാപകർ, വിവിധ മേഖലയിൽ ജോലിചെയ്യുന്ന സാധാരണ ജനങ്ങൾ, ഭക്ഷ്യവസ്തുക്കളും അത്യാവശ്യ മറ്റുസാധനങ്ങളും ശേഖരിച്ചുകൊണ്ട് മുന്നോട്ട വന്നു. ഈ പ്രദേശങ്ങളി ലാകെ നിത്യേന തൊഴിലാളികൾക്ക് പിന്തുണ പ്രഖ്യാപിച്ചു കൊണ്ട് പ്രകടനം നടന്നു. പോലീസിന്റെ ഭീകരമർദ്ദനത്തിനും മാനേജ്മെന്റിന്റെ മർക്കട മുഷ്ടിയുടെയും മുമ്പിൽ തൊഴിലാളികൾക്ക് അധികകാലം പിടിച്ച നിൽക്കാൻ കഴിഞ്ഞില്ല. 40 ദിവസം നീണ്ട നിന്ന ത്യാഗോജ്ജലമായ സമരം പിൻവലിക്കേണ്ടി വന്നെങ്കിലും തൊഴിലാളികളുടെയും ചുറ്റുമുള്ള ഗ്രാമങ്ങളിലെ ജനങ്ങളുടെയും രാഷ്ട്രീയ മുന്നേറ്റത്തിന് ഈ സമരം നിർണ്ണായകമായ പങ്ക് വഹിച്ചു. തൊഴിലാളി കർഷക ഐക്യത്തിന്റെ പുതിയ രംഗവേദികൾ സൃഷ്ടിക്കപ്പെട്ടു.

ആരോൺ മിൽ സമരകാലത്ത് തൊഴിലാളികളെ സഹായി ക്കാൻ ചുറ്റുമുള്ള ഗ്രാമങ്ങളിൽനിന്നും കാർഷിക വിഭവങ്ങൾ ശേഖരിച്ച് ജാഥയായി പാപ്പിനിശ്ശേരിയിലെ സമരകേന്ദ്രങ്ങളിൽ എത്തിച്ചിരുന്നു. ഇതിൽ ക്ഷുഭിതനായ ആരോൺ നാട്ടിലുള്ള ചില പ്രമാണിമാരേയും ഫണ്ടിക വ്യാപാരികളെയും ഉപയോഗിച്ച് ജനങ്ങൾക്കെതിരെ കള്ള കേസ്സ് എടുപ്പിച്ചു. ഇതിനെതിരെ മൊറാഴ, കാന്തൽ, ഉടുപ്പ പ്രദേശങ്ങ ളിലെ കർഷകസംഘം പ്രവർത്തകർ സംഘടിക്കുകയും അവരുടെ പ്രതിഷേധ പ്രകടനത്തിൽ പ്രമാണിമാരുടെ കോലം കത്തിച്ച്താക്കീത് ചെയ്യുകയും ചെയ്തു.

ആദ്യഘട്ടത്തിൽ നിയമലംഘന പ്രസ്ഥാനത്തിന്റെ ഭാഗമായി ഉപ്പുസത്യാഗ്രഹത്തിൽ പങ്കെടുക്കുകയും ജയിൽവാസം അനുഭവിക്കുക യും ചെയ്ത ആരോൺ പിൽക്കാലത്ത് കടുത്ത തൊഴിലാളി വിരുദ്ധനും കുപ്രസിദ്ധ സാമ്രാജ്യത്വവാദിയുമായി മാറി. പി.കൃഷ്ണപിള്ള എഴുതുന്നു. "കുപ്രസിദ്ധ മർദ്ദകനും സാമ്രാജ്യത്വത്തെ കൂട്ടുപിടിച്ച് തൊഴിലാളി കളെ മാത്രമല്ല ജനങ്ങളുടെ സ്വാതന്ത്ര്യ പ്രസ്ഥാനത്തെ തന്നെ അടി ച്ചമർത്താൻ എല്ലാ വിധത്തിലും പരിശ്രമിച്ചട്ടുള്ള വ്യക്തിയായിരുന്ന ആരോൺ". ചൂഷണം വഴി ലാഭം വർദ്ധിപ്പിക്കുന്നതിന് അനുസരിച്ച് ആരോനിലുണ്ടായ മാറ്റം സാമ്പത്തിക അടിത്തറആശയമണ്ഡലത്തെ അഥവാ ചിന്തയെ എങ്ങനെ സ്വാധീനിക്കുന്നു എന്നതിന് ഉത്തമ ഉദാ ഹരണമാണ്. തൊഴിലാളി- കർഷക-പ്രസ്ഥാനങ്ങളോട്ടുള്ള ആരോന്റെ മനോഭാവം പിന്നീട് മൊറാഴ സംഭവത്തോട് കൈക്കൊണ്ട നിലപാട കളിലും വ്യക്തമാണ്.

ചുരുക്കത്തിൽ "കോൺഗ്രസ്സിനകത്തെ ഇടതുപക്ഷം അഥവാ കോൺഗ്രസ് സോഷ്യലിസ്റ്റ് പാർട്ടി സംഘടനയുടെ പരിപാടികളിലും പ്രവർത്തന രീതികളിലും അടിസ്ഥാനപരമായ മാറ്റങ്ങൾ വരുത്തുന്നതി നുവേണ്ടിയുള്ള പ്രവർത്തനം കോൺഗ്രസ്സിനകത്ത് നടത്തിക്കൊണ്ടിരി ക്കുമ്പോൾ തന്നെ അത് സ്വതന്ത്രമായ നിലയിൽ തൊഴിലാളികളുടെയും കൃഷിക്കാരുടെയും വിദ്യാർത്ഥികളുടെയും അധ്യാപകരുടെയും ഇടയിൽ പ്രക്ഷോഭ പ്രചാരണ സംഘടനാ പ്രവർത്തനങ്ങളും നടത്തിക്കൊണ്ടി രുന്നു." (ഇ.എം.സ് 'കേരളം സമൂഹവും രാഷ്ട്രീയവും'). "മലബാറിന്റെ ചരിത്രത്തിൽ ആദ്യമായി എല്ലാ വ്യവസായ പട്ടണങ്ങളിലും യൂണിയ നുകൾ പ്രവർത്തിക്കാൻ ഇടങ്ങി. കോൺഗ്രസ്സിനുള്ളിൽ പുതുതായി രൂപീകരിക്കപ്പെട്ട സോഷ്യലിസ്റ്റ് ഗ്രൂപ്പിന്റെ സംഘാടകരിൽ ആരെങ്കി ലുമൊക്കെ ആയിരുന്ന ഇവയെല്ലാം നയിച്ചിരുന്നത്. സോഷ്യലിസ്റ്റ് നേതൃത്വത്തിലുള്ള കോൺഗ്രസ് കമ്മിറ്റിയും ട്രേഡ് യൂണിയനുകളും തമ്മിൽ ചിട്ടയായ പ്രവർത്തന ഐക്യം സ്ഥാപിക്കുകയും ചെയ്തിരുന്നു... മാത്രമല്ല അവയുടെ ദൈനം ദിന പ്രവർത്തനങ്ങളെ തൊഴിലാളി വർഗ്ഗ ത്തെ സാമ്രാജ്യത്വ വിരുദ്ധ ഐക്യമുന്നണിയിൽ അണിനിരത്തുന്നതിനു വേണ്ടിയുള്ള പ്രക്ഷോഭ പ്രചാരണ സംഘടനാപ്രവർത്തനങ്ങളുമായി കോർത്തിണക്കിക്കൊണ്ട് പോവത്തക്കവണ്ണവുമായിരുന്നു." (ഇ.എം. എസ്)

ബക്കളം :
പത്താം കേരള രാഷ്ട്രീയ സമ്മേളനം

ഇന്ത്യൻ നാഷണൽ കോൺഗ്രസിന്റെ വാർഷിക സമ്മേളനമാണ് രാഷ്ട്രീയ സമ്മേളനമായി നടത്തിവന്നിരുന്നത്. പത്താമത്തെ വാർഷിക സമ്മേളന വേദി ബക്കളമായിരുന്നു. സംഘാടനം കൊണ്ടും വിവിധ ജനവിഭാഗങ്ങളുടെ പങ്കാളിത്തം കൊണ്ടും കോൺഗ്രസിന്റെ സമ്മേളനം ചരിത്രത്തിൽ ശദ്ധേയമായിരുന്നു.

പത്താം കേരള രാഷ്ട്രീയ സമ്മേളനത്തോടനുബന്ധമായി പ്രസിദ്ധീ കരിച്ച ഗൈഡിൽ നിന്ന് 1930 ന് ശേഷം ബക്കളത്തും പരിസരപ്രദേശ ങ്ങളില്യമുണ്ടായ ജനമുന്നേറ്റം വ്യക്തമാകുന്നുണ്ട്. "ചിറക്കൽ താലൂക്കിൽ തളിപ്പറമ്പ് റോഡ് റെയിൽവേ സ്റ്റേഷനിൽ നിന്ന് തളിപ്പറമ്പ് പട്ടണ ത്തിലേക്കുള്ള റോഡിൽ നാല്യം ആറും മൈൽസിൽ കിടക്കുന്ന മൊറാഴ ഗ്രാമത്തിലെ ഒരു ചെറുപ്രദേശമാണ് ബക്കളം. കല്യാശ്ശേരി, പറശ്ശിനി ക്കടവ്, തളിപ്പറമ്പ് എന്നീ സ്ഥലങ്ങളുടെ ഇടയിൽ 1920 വരെ ആരുമറി യാതെ ജനശൂന്യമായിക്കിടന്ന വിശാലവും പ്രകൃതി രമണീയവ്യമായ ഈ പീഠഭൂമി ഇന്ന് ഒരു ചരിത്രപ്രധാന സ്ഥലമായി മാറിയിരിക്കുകയാണ്. "

"ബക്കളത്ത് വളർന്ന് വന്നിട്ടുള്ള സംഘങ്ങളുടെയും സംഘടനക ളുടെയും പ്രവർത്തനഫലമായുണ്ടായ രാഷ്ട്രീയ ബോധമാണ് കേരള രാഷ്ട്രീയത്തിൽ ഒരു നവീന അധ്യായം കുറിക്കാൻ പോകുന്ന പത്താം സംസ്ഥാന രാഷ്ട്രീയ സമ്മേളനം ഈ കുഗ്രാമത്തിലേക്ക് ക്ഷണിക്കുവാൻ പ്രവർത്തകർമാർക്ക് പ്രേരണയും പിൻബലവും നൽകിയിട്ടുള്ളതെന്ന സംഗതി പ്രസ്താവ്യയോഗ്യമാണ്. സംസ്ഥാന രാഷ്ട്രീയ സമ്മേളനവും അതോടനുബന്ധിച്ച് നടത്തുന്ന മറ്റ് സമ്മേളനങ്ങളും ബക്കളത്തിന്റെ

ചരിത്രത്തിൽ നവോത്ഥാനം കുറിക്കുന്ന ഭാഗങ്ങളായിരിക്കും."

കേളപ്പന്റെ നേതൃത്വത്തിൽ പയ്യന്നൂരിലേക്ക് പോയ നിയമലംഘന പ്രസ്ഥാനത്തിന്റെ ഭാഗമായ ഉപ്പ സത്യാഗ്രഹജാഥ ബക്കളം വഴിയാണ് പോയത്. ജാഥയ്ക്ക് ബക്കളത്ത് സ്വീകരണം ഒരുക്കിയിരുന്നു. കോൺഗ്രസ്സിന്റെ സന്ദേശം ബക്കളത്തും മാറ്റൊലികൊണ്ടു. മദ്യഷാപ്പ് പിക്കറ്റിംഗിൽ ബക്കളത്തെ ചെറുപ്പക്കാർ ആവേശപൂർവ്വം പങ്കെടുത്തി രുന്നു. 1934 മുതൽ ഇവിടെ കോൺഗ്രസ്സിൽ അംഗങ്ങളെ ചേർത്തി രുന്നുവെങ്കിലും 1937 ൽ മാത്രമാണ് ബക്കളം കോൺഗ്രസ്സ് കമ്മിറ്റി സ്ഥാപിതമായത്. ശ്രീ. പി.ഗോവിന്ദൻ നായരുടെ അദ്ധ്യക്ഷതയിൽ കോൺഗ്രസ്സ് കമ്മിറ്റിക്ക് ഇക്കുറി 213 കോൺഗ്രസ്സ് മെമ്പർമാരെ ചേർ ക്കുവാൻ സാധിച്ചിട്ടുണ്ട്."

പത്താം കേരള രാഷ്ട്രീയ സമ്മേളനത്തിന്റെ കാര്യപരിപാടി താഴെ ചേർക്കുന്നു.

12.05.1939	7.30 AM	വിഷയനിർണ്ണയകമ്മിറ്റി
13.05.1939	7.00 AM	പതാക വന്ദനം
13.05.1939	5.30 PM	പൊതുസമ്മേളനം

മറ്റുസമ്മേളനങ്ങൾ

13.05.1939	11.00 AM	അഭിനവ്ഭാരത്യുവക് സംഘം വിശേഷാൽ സമ്മേളനം
13.05.1939	3.00 PM	വിദ്യാർത്ഥി സമ്മേളനം
13.05.1939	3.00 PM	കർഷക-തൊഴിലാളി സമ്മേളനം
13.05.1939	11.00 PM	രക്തപാനം (പ്രഹസനം കലാപരിപാടി)
14.05.1939	6.00 AM	ചിറക്കൽ താല്ലൂക്ക് മൂന്നാം കർഷക സമ്മേളനം
4.05.1939	10.00 AM	ദേശീയ മുസ്ലീം സമ്മേളനം
4.05.1939	1.00 PM	ജീവൽസാഹിത്യ സമ്മേളനം
4.05.1939	2.00 PM	അധ്യാപകപ്രവർത്തകസമ്മേളനം

കെ.പി.സി.സി പ്രവർത്തകസമിതി
അംഗങ്ങളുടെ പേരും വിലാസവും

1. മുഹമ്മദ് അബ്ദുൾ റഹ്മാൻ (പ്രസിഡണ്ട്) അൽ-അമീൻ കോഴിക്കോട്

2. ഇ.എം.ശങ്കരൻ നമ്പൂതിരിപ്പാട് (സെക്രട്ടറി) പ്രഭാതം ചാലപ്പുറം

3. പി.നാരായണൻ നായർ (ഖജാൻജി) പ്രഭാതം ചാലപ്പുറം

4. പി.കൃഷ്ണപ്പിള്ള പ്രഭാതം ചാലപ്പുറം

5. ടി.സി നാരായണകുറുപ്പ് അഴിയൂർ വടക്കെ മലബാർ

6. ടി.കെ ജോർജ്ജ് ഒല്ലൂർ റോഡ് തൃശ്ശൂർ

7. കെ.പി.ഗോപാലൻ കണ്ണൂർ

നാട്ടവാഴിത്തത്തിന് കീഴിൽ അടങ്ങിഒതുങ്ങി കഴിഞ്ഞിരുന്ന പ്ര
ദേശമായിരുന്ന മൊറാഴ. ജന്മിമാർ വില്ലേജിന് പുറത്ത് നിന്നുള്ളവർ
ആയിരുന്നതിനാൽ കായികമായ മർദ്ദനം കുറവായിരുന്നു. എന്നാൽ
സാമ്പത്തിക ച്ചൂഷണം കഠിനമായിരുന്നു. കരക്കാട്ടിടം നായനാർ,
കടമ്പേരി ദേവസ്വം, തൃച്ചംബരം ദേവസ്വം, തളിപ്പറമ്പ് ദേവസ്വം എന്നി
വരുടെതായിരുന്ന മൊറാഴയിലെ ഭൂമിയിൽ അധികവും. കരക്കാട്ടിടം
നായനാർക്ക് മൊറാഴയിൽ 400 ഏക്കറിൽ കൂടുതൽ ഭൂമിയുണ്ടായിരുന്നു.
ഏറ്റുമ്പാല, ചന്ത്രോത്ത് കുടുംബങ്ങൾക്ക് അല്പാല്പം ഭൂമിയുണ്ടായിരുന്നു.
ദേവസ്വങ്ങളുടെ മുഴുവൻ ചെലവ് ഭാരങ്ങളും കൃഷിക്കാർ വഹിക്കണമായി
രുന്നു. വാരം നെല്ലായിത്തന്നെ അളക്കണമെന്ന് നിർബന്ധമായിരുന്നു.
വാശി, അരി, ശീലക്കാശ്, മുക്കാൽ, കങ്കാണി, മാനുഷം, കുറ്റിക്കാണം
തുടങ്ങിയ അക്രമപിരിവുകളും കൃഷിക്കാരിൽ നിന്നും വസൂലാക്കിയിരുന്നു.
ഓണം, വിഷു തുടങ്ങിയ വിശേഷ ദിവസങ്ങളിൽ കാർഷിക വിളകൾ
തിരുമുൽകാഴ്ചകൾ വെക്കണമായിരുന്നു. ജന്മിമാരുടെ കുടുംബങ്ങളിൽ
കല്യാണം, ചാവടിയന്തിരം, തിരണ്ട് കല്യാണം, പിറന്നാൾ തുടങ്ങിയ
ദിവസങ്ങളിൽ പ്രത്യക കാഴ്ചകളും സമർപ്പിക്കേണ്ടതുണ്ടായിരുന്നു.

പത്താം കേരള രാഷ്ട്രീയ സമ്മേളനമെന്ന മഹത് ചരിത്രസംഭവം
ബക്കളെത്ത് അരങ്ങേറുമ്പോൾ മൊറാഴയുടെയും മലബാറിന്റെയും സാമ്പ
ത്തിക-സാമൂഹ്യ-രാഷ്ട്രീയ ഘടനയുടെ പരിച്ഛേദമാണ് മേൽ സൂചിപ്പി
ച്ചത്. 1939 മെയ് 12,13,14 തീയതികളിൽ നടന്ന സമ്മേളനത്തിന്റെ വേദി
നീലിയാർ കോട്ടത്തിന്റെ കിഴക്ക് ഭാഗത്ത് മാങ്ങാട്ട് പറമ്പിലായിരുന്നു.
ഇന്നത്തെ കെ.എ.പി കേമ്പ് സ്ഥിതിചെയ്യുന്ന സ്ഥലം. കോൺഗ്രസ്സി
നകത്ത് ഇടത്-വലത് ആശയ സമരങ്ങളുടെ മൂർദ്ധന്യ ഘട്ടമായിര
ന്നല്ലോ അത്. 1930 കളുടെ പൂർവ്വാർദ്ധം കോൺഗ്രസ് സോഷ്യലിസ്റ്റ്
പാർട്ടികളുടെ രൂപീകരണം നടന്നു കഴിഞ്ഞിരുന്നു. കെ.പി.സി.സി
തുടർന്ന് ഇടതുപക്ഷ കോൺഗ്രസ്സുകാരുടെ നേതൃത്വത്തിലുമായിരുന്നു.
അതിനാൽ വലതുപക്ഷ കോൺഗ്രസ്സ് ബക്കളം സമ്മേളനം ബഹിഷ്ക്ക
രിച്ചിരുന്നു. എന്നാൽ സാധാരണ കോൺഗ്രസ്സ് അംഗങ്ങൾ സമ്മേളനം
വിജയിപ്പിക്കാൻ സഹകരിച്ചു. സമ്മേളനത്തിന്റെ വിജയത്തിന് ചുറ്റ
പാട്ടുമുള്ള പ്രദേശങ്ങളിലെ കർഷകർ തൊഴിലാളികൾ സർവ്വോപരി

നാനാജനവിഭാഗങ്ങളും ഉത്സാഹപൂർവ്വം മുന്നിട്ടിറങ്ങി. സമ്മേളനഹാൾ, പ്രതിനിധികൾക്ക് താമസിക്കാൻ കൂടാരങ്ങൾ, നേതാക്കൻമാർക്കുള്ള കൂടാരങ്ങൾ, ഭക്ഷണശാല, സ്റ്റേജ്, സമ്മേളന നഗരി, വിവിധ ഗെയി റ്റുകൾ ഇടങ്ങിയവ നിർമ്മിച്ചത് മാങ്ങാട്ട പറമ്പ് കല്ല് കൊത്ത് തൊഴിലാ ളികളും മൊറാഴ,പറശ്ശിനിക്കടവ്, കല്ല്യാശ്ശേരി, പാപ്പിനിശ്ശേരി ഇടങ്ങിയ പരിസരപ്രദേശങ്ങളിലെ കൃഷിക്കാരും തൊഴിലാളികളും യുവാക്കളും കൂടിയായിരുന്നു. കണ്ടൻമേലാചാരിയുടെ നേതൃത്വത്തിൽ മാങ്ങാട്ടെ കാർപ്പന്റെറി തൊഴിലാളി വിഭാഗങ്ങളും ഹാൾ നിർമ്മാണത്തിൽ നേതൃ ത്വപരമായ പങ്കുവഹിച്ചു.

നിർമ്മാണത്തിന് ആവശ്യമായ മുഴുവൻ സാധന സാമഗ്രികളും നാട്ടിൻപുറങ്ങളിൽ നിന്നും ശേഖരിച്ച് ജനങ്ങൾ സ്വമേധയാ മാങ്ങാട്ട പറമ്പിലെത്തിച്ചതായിരുന്നു. മലപ്പട്ടം, കയരളം, കണ്ടക്കൈ ഇടങ്ങിയ സ്ഥലങ്ങളിൽ നിന്നും ആവശ്യമായ കവുങ്ങുകളും മുളകളും വളപട്ടണം പുഴ വഴി ചങ്ങാടം കെട്ടി പറശ്ശിനിക്കടവിൽ എത്തിക്കുകയായിരുന്നു. പ്ര തിനിധികൾക്കുള്ള ഭക്ഷണവിഭവങ്ങൾ ഒട്ടുമിക്കവയും കർഷകസംഘം പ്രവർത്തകർ ചുറ്റുപാടുമുള്ള ഗ്രാമങ്ങളിൽ നിന്നും ശേഖരിക്കുകയാണ ണ്ടായത്.

സമ്മേളനത്തിനാവശ്യമായ ശുദ്ധജല ലഭ്യതയ്ക്ക് പുത്തതായി ഒരു കുളം തന്നെ സമ്മേളന നഗരിക്കടുത്ത് മാങ്ങാട്ടുപറമ്പിലെ കല്ല് കൊത്ത് തൊഴിലാളികൾ കഴിച്ചുണ്ടാക്കി. ഇന്നത്തെ സിറാമിക് ഫാക്ടറിക്കടുത്ത് കിഴക്കുഭാഗത്ത് നാശോൻമുഖമായെങ്കിലും ഇപ്പോഴും ആ കുളം ചരി ത്രസാക്ഷിയായി നിലനിൽക്കുന്നു. സമ്മേളനം വിജയിപ്പിക്കുന്നതിൽ മുൻനിരയിൽ നിന്ന് പ്രവർത്തിച്ച മാങ്ങാട്ടുപറമ്പിലെ കല്ല് കൊത്ത് തൊഴിലാളികൾക്ക് സുബ്രഹ്മണ്യം തിരുമുമ്പ് നൽകിയ അഭിനന്ദനം ചുവടെ കൊട്ടുത്ത കവിതാശകലത്തിലൂടെയായിരുന്നു.

പാറകൊത്തി വെള്ളം കാട്ടാൻ

മിട്ടക്കെഴും ഭുജദണ്ഡം

കീറപ്പഴം പ്രഭ്രത്വത്തെ

ചീന്ത്രവാൻപോരും

ധർമ്മശാലയിൽ നിന്നും സമ്മേളനസ്ഥലത്തേക്കുള്ള റോഡും തൊഴിലാളികൾ നിർമ്മിച്ചു. അന്ന് മലബാറിൽ ഒരിടത്തും ഉച്ചഭാഷിണി ലഭ്യമായിരുന്നില്ല. മദ്രാസ്സിലേക്ക് ആളെ അയച്ച് ഉച്ചഭാഷിണി കൊണ്ടു വരാൻ ശ്രമിച്ചെങ്കിലും ലഭിച്ചില്ല. മുപ്പതിനായിരത്തിൽ പരം ആളുകൾ നിശ്ശബ്ദരായിരുന്ന് സമ്മേളനം ശ്രവിച്ചു. നഗരിയിൽ നിശ്ചിത ദൂരത്ത് അങ്ങിങ്ങായി ഉയർന്ന വേദി ഒരുക്കി അതിൽ നിന്ന് വളണ്ടിയർമാർ

പ്രസംഗം ഉറക്കെ ഏറ്റുപറഞ്ഞ് സമ്മേളനനഗരിയുടെ എല്ലാ ഭാഗങ്ങ ളിലേക്കും റിലേ ചെയ്യുകയായിരുന്നു.

കോൺഗ്രസ് പ്രസിഡണ്ട് മുഹമ്മദ് അബ്ദുറഹ്മാൻ സാഹിബ് അദ്ധ്യ ക്ഷത വഹിച്ചു. കെ.പി.സി.സി സെക്രട്ടറി ഇ.എം.എസ്, പി.കൃഷ്ണപ്പിള്ള, എ.കെ.ജി, തുടങ്ങിയ നേതാക്കൾ പ്രസംഗിച്ചു. പുലരും വരെ കലാപ രിപാടികളും ഉണ്ടായിരുന്നു. സമ്മേളനത്തിനുശേഷം അരങ്ങേറിയ പാട്ടബാക്കി എന്ന നാടകം കാണാൻ 15000 ൽപരം സ്ത്രീപുരുഷൻമാർ ബക്കളത്ത് എത്തിച്ചേർന്നിരുന്നു. നാടക രചയിതാവ് കെ.ദാമോദരനെ കൂടാതെ എ.കെ.ജി, കെ.പി.ആർ, കേരളീയൻ തുടങ്ങിയ നേതാക്കളും പാട്ടബാക്കി നാടകത്തിൽ അഭിനയിച്ചു. കർഷകന്റെ മകൾ കുഞ്ഞി മാളവിനെ ബലാൽക്കാരം ചെയ്യാൻ മുതിർന്ന ജന്മിയുടെ തലയിൽ ച്ചെല്ലുകൊണ്ട് അടിക്കുന്ന രംഗത്തോടെ നാടകം സമാപിക്കുന്നു. ക്രൂരനായ ജന്മിക്ക് കൊണ്ട അടി ജന്മിത്ത വ്യവസ്ഥയ്ക്ക് തന്നെ ഏറ്റ അടിയായിരുന്നു. ആന്തൂരിലെ കോരൻമാസ്റ്റർ രചിച്ച പ്രഹസനവും പറശ്ശിനിക്കടവിലെ പ്രവർത്തകരുടെ പൂരക്കളിയും അരങ്ങേറി.

ബ്രിട്ടീഷ് വിരുദ്ധവും നാട്ടുവാഴി വിരുദ്ധവുമായ പ്രക്ഷോഭപ്രചരണ പ്രവർത്തനങ്ങൾ തുടർന്നും മലബാറിൽ ഉടനീളം നടന്നു. ബ്രിട്ടീഷുകാർ ഇന്ത്യ വിട്ട് പോകുക, കൃഷിഭൂമി കൃഷിക്കാരന്,സാമൂഹികമായ അടി ച്ചമർത്തൽ അവസാനിപ്പിക്കുക, മുതലാളിത്ത ചൂഷണം അവസാനി പ്പിക്കുക തുടങ്ങിയ അവകാശങ്ങളന്നയിച്ച് ദേശീയ പ്രസ്ഥാനത്തിന് ശാസ്ത്രീയ സമൂഹ സൃഷ്ടിക്കായുള്ള ദിശാബോധം നൽകുന്നതിന്റെ പ്രാധാന്യം ബക്കളം സമ്മേളനത്തോടെ കൂടുതൽ പ്രകടമായി. അതോടൊപ്പം ഇതിനെതിരെയുള്ള ജന്മിഗുണ്ടകളുടെയും പോലീസിന്റെ യും കടന്നാക്രമണങ്ങളെ ചെറുക്കുന്നതിനുള്ള മനോധൈര്യം ജനങ്ങ ളിൽ വളർന്നുവന്നുവെന്നും പിൽക്കാലസംഭവവികാസങ്ങൾ തെളിയിച്ചു.

കമ്മ്യൂണിസ്റ്റ് പാർട്ടിയുടെ രൂപീകരണം:

1939 ഡിസംബർ പിണറായി പാറപ്പുറം

ദേശീയ പ്രസ്ഥാനത്തിൽ നിന്നും ഉയർന്നു വന്നതാണ് ഇന്ത്യയിലെ കമ്മ്യൂണിസ്റ്റ് പ്രസ്ഥാനമെന്നത് ചരിത്രവസ്തുതയാണ്. ഗാന്ധിജി, നെഹ്റു ഇടങ്ങിയ നേതാക്കളുടെ ആഹ്വാനമനുസരിച്ച് സർവ്വവും ത്യജിച്ച് ദേശീയ പ്രസ്ഥാനത്തിലേക്ക് എടുത്തുചാടി സ്വയം രാജ്യത്തിനുവേണ്ടി സമർപ്പിച്ച യുവാക്കൾ അനുഭവം കൊണ്ട് കോൺഗ്രസ്സ് നേതൃത്വത്തിന്റെ നിലപാടുകളിൽ വിശ്വാസം നശിച്ച് കോൺഗ്രസ്സ് സോഷ്യലിസ്റ്റ് പാർട്ടി രൂപീകരണത്തിൽ എത്തിച്ചേരുകയായിരുന്നു. 1930 ലെ ഉപ്പ സത്യാ ഗ്രഹം 1931 നവംബറിൽ ആരംഭിച്ച ഗുരുവായൂർ സത്യാഗ്രഹം 1932-33 ലെ രണ്ടാം സിവിൽ നിയമലംഘന പ്രസ്ഥാനം എന്നിവ കേരളത്തിലെ രാഷ്ട്രീയ ജീവിതത്തെ ആകെ മാറ്റിമറിച്ചു. ഭീകരമായ മർദ്ദനത്തെ അതി ജീവിച്ചും പോലീസിന്റെയും ഒറ്റുകാരുടെയും കുതന്ത്രങ്ങളെ തോല്പിച്ചും ബഹുജനങ്ങളിൽ സമരസന്ദേശങ്ങളെത്തിച്ചും അവരെ സമരത്തിൽ അണിനിരത്തി പരിപാടികൾ നടപ്പിലാക്കാൻ പ്രാപ്തിയും പരിചയവും സിദ്ധിച്ച ഒരു യുവജന നേതൃനിര മുന്നോട്ടുവന്നു. പിന്നീട് കേരള രാഷ്ട്രീ യത്തിൽ നിർണായക നേതൃത്വം വഹിച്ച പി. കൃഷ്ണപിള്ള, എകെജി, കെ.പി.ഗോപാലൻ, കേരളീയൻ, കെപിആർ മുതലായവർ ഈ കാലഘ ട്ടത്തിലാണ് രംഗപ്രവേശനം ചെയ്തത്. പാവപ്പെട്ട ഇടത്തരക്കാരെന്ന പേരിൽ അറിയപ്പെട്ടിരുന്ന ചെറുകിട കച്ചവടക്കാർ, ക്ലർക്കുമാർ, പ്രൈമറി അധ്യാപകർ, വിദ്യാർത്ഥികൾ, യുവാക്കൾ മറ്റുമായിരുന്ന പ്രസ്ഥാനത്തി ന്റെ ജീവൻ. വക്കീലൻമാരും മറ്റ് ഉയർന്ന വിഭാഗങ്ങളും സമരം നടത്തി

ജയിലിൽപോയിരുന്നു. എന്നാൽ ബ്രിട്ടീഷ് അധികൃതരെ തോല്പിച്ച് യോഗങ്ങൾ നടത്തുക, ലഘുലേഖകൾ വിതരണം ചെയ്യുക, പത്രികകൾ കല്ലച്ചിൽ അച്ചടിച്ച് ലക്ഷ്യസ്ഥാനത്ത് എത്തിക്കുക, ബുള്ളറ്റിൻ പ്രസിദ്ധീ കരിക്കുക തുടങ്ങിയവ എവിടെ നിന്ന് ഉണ്ടാകുന്നവെന്നോ എങ്ങനെ എങ്ങോട്ട പോകുന്നവെന്നോ കല്ലച്ച് എവിടെ പ്രവർത്തിക്കുന്നവെന്നോ കണ്ടെത്താൻ കഴിയാതെ അധികാരികളെ അമ്പരിപ്പിച്ചകൊണ്ട് യുവാക്കൾ പ്രവർത്തന നിരതരായി. പോലീസിനെ തോല്പിച്ച് താലൂക്ക് സമ്മേളനങ്ങളും ജില്ലാ സമ്മേളനങ്ങളും സംസ്ഥാനസമ്മേളനങ്ങളും മറ്റം നടത്തി വിജയിപ്പിച്ചു.

"അതുപോലെ ജയിലിൽ സി ക്ലാസ്സിലെ ദുരിതങ്ങളനുഭവിച്ചും നിരാഹാര സമരം ജയിലിനകത്തും അനുഷ്ഠിച്ചും ജയിലിനകത്തും ലാത്തി ച്ചാർജ്ജ് മുതലായ മർദ്ദനമുറകൾ ഏറ്റവാങ്ങി ത്യാഗം സഹിച്ചതും ഈ യുവാക്കളായിരുന്നു. വക്കീലൻമാർ ഉൾപ്പെടെയുള്ള ഉന്നത ഉദ്യോ ഗസ്ഥൻമാർ അടങ്ങുന്ന കോൺഗ്രസ്സുകാർ ജയിലിൽ താരതമ്യേന ഉയർന്ന ക്ലാസ് തടവുകാരാവുകയും നല്ല സുഖസൗകര്യങ്ങളോട്ടകൂടിയും മർദ്ദനങ്ങൾക്ക് ഇരയാകാതെയുമാണ് ജയിൽ ജീവിതം നയിച്ചത്. അതിനാൽ കഷ്ടത അനുഭവിക്കുന്നവരും താരതമ്യേന പ്രയാസമില്ലാതെ ജയിൽവാസം അനുഭവിക്കുന്ന നേതാക്കളും തമ്മിൽ അകലാൻ തുടങ്ങി. ഈ അകൽച്ചയെ സഹായിക്കുന്ന തരത്തിലാണ് സമരവും മുന്നോട്ട പോയത്. ഗാന്ധി-ഇർവ്വിൻ സന്ധിയെതുടർന്ന് സമരം പിൻവലിക്കുകയും ചെയ്തു. ഇന്ത്യയിലുടനീളമുള്ള യുവ വിപ്ലവകാരികളുടെ ആരാധനാപാത്ര മായിരുന്ന ഭഗത്സിംഗിനെയും സഖാക്കളെയും തൂക്കിക്കൊന്നപ്പോൾ നേതൃത്വം കാണിച്ച നിസംഗതാ മനോഭാവം, രണ്ടാം സമരം തുടങ്ങുന്ന ഘട്ടത്തിൽ കെ. കേളപ്പനെ പോല്യുള്ള നേതാക്കൾ ഒഴിഞ്ഞു നിന്നത്, സമരത്തിന്റെ നടുവിൽവച്ച് ഗാന്ധിജിയുടെയും കേളപ്പന്റെയും നിരാഹാര വ്രതം ഗുരുവായൂർ റഫറണ്ടം, ഹരിജനോദ്ധാരണം മുതലായവ മൂലം രാഷ്ട്രീയ കാര്യങ്ങളിൽ നിന്നും ബഹുജനങ്ങളുടെ ശ്രദ്ധ തിരിച്ചുവിട്ടതും മറ്റം യുവ പ്രവർത്തകരിൽ വലിയ അതൃപ്തി ഉണ്ടാക്കി. അക്കാലത്ത് കണ്ണൂർ, തൃശ്ശിനാപ്പള്ളി, കോയമ്പത്തൂർ, വെല്ലൂർ ജയിലുകളിൽ പാർപ്പിച്ചിരുന്ന ബംഗാൾ വിപ്ലവ തടവുകാരും ലാഹോർ ഗൂഢാലോചന കേസ്സിലെ പ്രതികളുമായുള്ള യുവതടവുകാരുടെ സഹവാസവും സംഭാഷണവും ഗാന്ധിയൻരീതിയോട്ടുള്ള അതൃപ്തി വർദ്ധിപ്പിച്ചു. ജീവിതമാകെ ദേശസേ വനത്തിന് ഉഴിഞ്ഞുവച്ച് എന്ത് കഷ്ടപ്പാടും അനുഭവിച്ചും രാഷ്ട്രീയ പ്രവർ ത്തനം നടത്തണമെന്നുള്ള ദൃഢനിശ്ചയത്തോട്ടുകൂടി പുറത്തുവന്നവർ ആ നിശ്ചയത്തിനനുസരിച്ച് പ്രവർത്തിക്കുകയും ഓരോരുത്തരായി പുറത്തു

വന്ന നേതാക്കൾ വക്കീൽ പ്രവർത്തനത്തിലും മറ്റ് ജോലികളിലും ഏർപ്പെട്ട് സ്വന്തം കാര്യം കഴിഞ്ഞ് പിന്നീട് സൗകര്യമുണ്ടാകുമ്പോൾ മാത്രം കോൺഗ്രസ്സ് പ്രവർത്തനം നടത്തുക എന്ന രീതി സ്വീകരിച്ചു. ഇങ്ങനെ സാധാരണ ദിവസങ്ങളിൽ സ്വന്തം ജോലിയും ഞായറാഴ്ചക ളിൽ മാത്രം പൊതുപ്രവർത്തനവും നടത്തുന്ന വക്കീൽ കോൺഗ്രസ്സിന് കൊടുത്ത പേരാണ് "ഞായറാഴ്ച കോൺഗ്രസ്സ്" (ഇ.എം.എസ്: കേരളം മലയാളികളുടെ മാതൃഭൂമി)

ചുരുക്കത്തിൽ ദേശസ്നേഹപരമായി മുഴുവൻ സമയവും രാഷ്ട്രസേവ നത്തിനായി ഉഴിഞ്ഞുവെച്ച യുവ കോൺഗ്രസ്സ് പ്രവർത്തകരും 'ഞായറാഴ്ച കോൺഗ്രസ്സ്' ഉം രാഷ്ട്രീയ പരിപാടികളെ കുറിച്ചും കോൺഗ്രസ്സിനകത്ത് തങ്ങൾക്കുണ്ടാകേണ്ട സ്ഥാനത്തെ കുറിച്ചും മൗലികമായ അഭിപ്രായ വ്യത്യാസങ്ങൾ ഉടലെടുത്തു. നിയമസഭ, മന്ത്രിസഭാ അംഗത്വം മുഖേന രാഷ്ട്രീയ അധികാരത്തിലെത്തി ഹരിജൻ, ഹിന്ദി, ഖാദി ഗ്രാമോദ്യോഗം വഴി ജനസേവനം നടത്തുക. കണിശമായും അക്രമരാഹിത്യം പാലിക്കുക എന്നതായിരുന്നു കോൺഗ്രസ്സ് നേതാക്കളുടെ നിലപാട്. ബ്രിട്ടീഷ് ഗവൺമെന്റുമായി വിട്ടുവീഴ്ചയില്ലാതെ ഏറ്റുമുട്ടി രാഷ്ട്രീയ അധികാരം പിടി ച്ചെടുക്കാൻ ശക്തമായൊരു ബഹുജന വിപ്ലവപാർട്ടി ഉണ്ടാക്കണമെന്ന് യുവനേതൃത്വം വാദിച്ചു. അഹിംസയാണ് കോൺഗ്രസ്സിന്റെ അടിസ്ഥാന തത്വം എന്നും അതിൽ വിട്ടുവീഴ്ചയില്ലെന്നും നേതാക്കൾ വാദിച്ചപ്പോൾ ബ്രിട്ടീഷ് ഭരണം അവസാനിപ്പിക്കുകയാണ് മൗലിക ലക്ഷ്യമെന്നും അതിനാവശ്യമായ പ്രായോഗിക പരിപാടികൾ അതത് അവസരത്തിൽ ആലോചിക്കണമെന്ന് യുവനേതൃത്വം ആവശ്യപ്പെട്ടു.

ഇത്തരം അഭിപ്രായ വ്യത്യാസമാണ് 1934 ൽ കോൺഗ്രസ്സിനകത്ത് കോൺഗ്രസ്സ് സോഷ്യലിസ്റ്റ് പാർട്ടിയുടെ രൂപീകരണത്തിന് വഴിവെച്ച തെന്ന് മേൽ സൂചിപ്പിട്ടുണ്ട്. തുടർന്ന് കോൺഗ്രസ്സിനെ ഒരു ബഹുജന സംഘടനയായി കെട്ടിപ്പടുത്തത് കോൺഗ്രസ്സ് സോഷ്യലിസ്റ്റുകാരാണ്. അവർ ഒരേ സമയം കോൺഗ്രസ്സുകാരും കോൺഗ്രസ്സ് സോഷ്യലിസ്റ്റുകാ രുമായിരുന്നു. ഇതിന്റെ ഭാഗമായാണ് തൊഴിലാളികളെയും കർഷകരെ യും അധ്യാപകരെയും വിദ്യാർത്ഥികളെയും അദ്ധ്വാനിക്കുന്ന ഇതരജന വിഭാഗങ്ങളെയും സംഘടിപ്പിച്ചത്. സ്വാതന്ത്ര്യമെന്നാൽ ബ്രിട്ടീഷുകാരുടെ ഭരണം മാറ്റി ഇന്ത്യക്കാരുടെ ഭരണ വരിക എന്ന മാത്രമല്ല, ഓരോ പൗരനും സുഖമായും ന്യായമായും ജീവിക്കാനുള്ള അവസരം ഉണ്ടാക്ക ലാണ് സ്വാതന്ത്ര്യ സമ്പാദനത്തിലൂടെ വേണ്ടത് എന്ന് വിവിധ ജനവിഭാ ഗങ്ങളെ ബോധ്യപ്പെടുത്തുകയാണ് കോൺഗ്രസ്സ് സോഷ്യലിസ്റ്റുകാർ ചെയ്തത്. ഇതിന്റെ ഭാഗമായി ഈ ദേശങ്ങളിൽ കോൺഗ്രസ്സ് അംഗത്വം

വർദ്ധിച്ചുകൊണ്ടെയിരുന്നു. ഭൂരിഭാഗം കൃഷിക്കാരും തൊഴിലാളികളും ജീവിത പ്രയാസം അനുഭവിക്കുന്നവരാണ്. ജനങ്ങളുടെ കഷ്ടപ്പാടുകൾ ക്ക് ശാസ്ത്രീയമായ പരിഹാരം കറാച്ചികോൺഗ്രസ്സ് വിഭാവനം ചെയ്യുന്ന തരത്തിലുള്ള സ്വാതന്ത്ര്യമാണ് എന്നവരെ പഠിപ്പിച്ചു. പക്ഷെ അത്തര ത്തിലുള്ള സ്വാതന്ത്ര്യം നേടുന്നതുവരെ കാത്തിരിക്കാതെ ഇന്ന് നേടാവുന്ന താൽക്കാലിക പരിഹാരങ്ങൾ വഴി പാവങ്ങൾക്ക് ആശ്വാസം ലഭിക്കാൻ തടസ്സമെന്ത് എന്ന് ചിന്തിച്ചു. അതിനുവേണ്ടി ഇച്ഛാശക്തിയോട്ടുകൂടി പ്രവർത്തിക്കുന്ന സംഘടനയും നേതൃത്വവും ഇല്ലെന്നുള്ളതാണ് തടസ്സം. അപ്പോൾ അത്തരം സംഘടനകൾ ഉണ്ടാക്കണം. സംഘടനകൾ മുഖേന ജനങ്ങളുടെ പ്രയാസങ്ങൾ പരിഹരിക്കാൻ ശ്രമിക്കണം.അതോടൊപ്പം ജനങ്ങളെ രാഷ്ട്രീയ ബോധമുള്ളവരാക്കി സ്വാതന്ത്ര്യസമരത്തിൽ പങ്കെ ടുപ്പിക്കണം എന്നും കോൺഗ്രസ്സ് സോഷ്യലിസ്റ്റുകാർ ആവശ്യപ്പെട്ടു. കോൺഗ്രസ്സിൽ ഒരു പ്രബല വിഭാഗം ഈ അഭിപ്രായത്തെ അംഗീ കരിച്ചു. ബക്കളത്ത് നടന്ന പത്താം കേരള രാഷ്ട്രീയ സമ്മേളനത്തിൽ ഈ ആശയത്തിന് മേൽക്കൈ ലഭിച്ചതിനാൽ ഇടതുപക്ഷ സംഘടനാ നേതൃത്വത്തെയാണ് സമ്മേളനം തെരഞ്ഞെടുത്തത്.

റഷ്യൻ വിപ്ലവത്തെക്കുറിച്ചും അവിടത്തെ കമ്മ്യൂണിസ്റ്റ് പാർട്ടിയെക്ക റിച്ചും സ്ഥാപകനായ ലെനിനെക്കുറിച്ചും ജനങ്ങളുടെ ജീവിതത്തെ കുറിച്ചും കിട്ടാവുന്ന പുസ്തകങ്ങളെല്ലാം പഠിക്കാനും കഴിയുന്നത്ര വിവരങ്ങൾ ശേഖരിക്കാനും കോൺഗ്രസ്സ് സോഷ്യലിസ്റ്റ് പാർട്ടിയിലെ യുവനേതൃത്വം ശ്രമം തുടങ്ങി. കോൺഗ്രസ്സും ഗാന്ധിയും അംഗീകരിക്കുന്ന അഹിംസാ പരിപാടി കൊണ്ട് ഇന്ത്യൻ ജനതയുടെ വിമോചനം സാധ്യമല്ലെന്നും കമ്മ്യൂണിസ്റ്റ് പാർട്ടി വിഭാവനം ചെയ്യുന്ന വിപ്ലവ പാത സ്വീകരിക്കണ മെന്നും തീരുമാനിച്ചു. ജന്മിമാരും മുതലാളിമാരുമില്ലാത്ത സാമൂഹ്യഘടന സൃഷ്ടിച്ചാൽ മാത്രമെ ചൂഷണം അവസാനിപ്പിക്കാൻ സാധിക്കുകയുള്ളൂ എന്നും സോഷ്യലിസത്തിലേക്കുള്ള പാത ഇതാണെന്നും കോൺഗ്രസ്സ് സോഷ്യലിസ്റ്റ് പാർട്ടിയിലെ ഒരു പ്രബല വിഭാഗത്തിന് ബോധ്യമായി. അതിനാൽ കമ്മ്യൂണിസ്റ്റ് പാർട്ടി രൂപീകരിക്കേണ്ടത് ചരിത്രപരമായ അനിവാര്യതയാണെന്ന് ബോധ്യപ്പെടുകയും കമ്മ്യൂണിസ്റ്റ് പാർട്ടി രൂപീ കരിക്കുന്നതിന് തീരുമാനിക്കുകയും ചെയ്തു.

കോൺഗ്രസ്സ് സോഷ്യലിസ്റ്റ് പാർട്ടിയുടെ ദേശീയ നേതൃത്വം മുതൽ താഴെ തട്ടിൽ വരെ കമ്മ്യൂണിസ്റ്റ് വീക്ഷണക്കാരും അല്ലാത്തവരും തമ്മിൽ രൂക്ഷമായ ആശയ സമരം നടന്നിരുന്നു. ചിറക്കൽ താല്യക്കിലും ദേശീയ പ്രസ്ഥാന നേതൃത്വത്തിലും ഈ ആശയ സമരം ശക്തമായി പ്രകടമായി. കമ്മ്യൂണിസ്റ്റ് ആശയഗതിക്കാർ കോൺഗ്രസ്സ് സോഷ്യലിസ്റ്റ്

പാർട്ടിയിൽ നിന്ന് പുറത്താക്കപ്പെടുകയോ പുറത്തുപോകുകയോ ചെയ്യേണ്ടി വന്ന ഘട്ടം സംജാതമായി. കേരളത്തിൽ കമ്മ്യൂണിസ്റ്റ് പാർട്ടി പിറവിയെടുക്കുന്നത് ഈ നിർണ്ണായക സാഹചര്യത്തിലാണ്. 1939 ഡിസംബർ അവസാനം പിണറായി പാറപ്പുറത്ത് ചേർന്ന സമ്മേ ളനത്തിൽ കേരളപ്രദേശ് കോൺഗ്രസ്സ് സോഷ്യലിസ്റ്റ് പാർട്ടിയാകെ കമ്മ്യൂണിസ്റ്റ് പാർട്ടിയായി മാറി തുടർന്ന് പ്രവർത്തിക്കാൻ തീരുമാനിച്ചു.

പാറപ്പുറം സമ്മേളനം സംബന്ധിച്ച് അതിൽ പങ്കെടുത്ത അനവധി നേതാക്കൾ പിന്നീട് അനുഭവങ്ങൾ രേഖപ്പെടുത്തുകയുണ്ടായി. തൊഴിലാളി സംഘടനാപ്രവർത്തകനും പാറപ്പുറം സമ്മേളനത്തിൽ അദ്ധ്യക്ഷനുമായ കെ.പി ഗോപാലൻ "1939 ൽ ഒരു ദിവസം കൃഷ്ണപിള്ള എന്നെക്കണ്ട് തലശ്ശേരി പാറപ്പുറത്ത് വരണമെന്ന് പറഞ്ഞു. വളരെ ചരിത്ര പ്രധാനമായ ഒരു കാര്യം ആലോചിക്കാനാണെന്ന് പറഞ്ഞു. ..ഞങ്ങൾ രാത്രി 8 മണിക്ക് പാറപ്രത്ത് എത്തി." എ.വി കുഞ്ഞമ്പു കയ്യൂരും കരിവെള്ളൂരും എന്ന തന്റെ ഗ്രന്ഥത്തിൽ ഇങ്ങനെ എഴുതി. "സഖാക്കൾ ഇ.എം.എസ്, എ.കെ.ജി തുടങ്ങിയവരെല്ലാം എത്തിച്ചേർന്നിരുന്നു. ഞങ്ങളെല്ലാം ഏതാണ്ട് ഒളിവിൽ കഴിയുന്ന കൃഷ്ണപിള്ളയെ കാത്തിരി ക്കുകയാണ്. അപ്പോഴതാ പുതിയ വേഷത്തിൽ ഖദർ ജുബ്ബയ്ക്ക് പകരം പുതിയ കോട്ടും ധരിച്ച് സഖാവ് കയറി വരുന്നു. അപ്പോഴെ ഞങ്ങൾക്ക് സമാധാനമായുള്ളൂ". കൃഷ്ണപിള്ള തന്റെ പ്രസംഗം ഉപസംഹരിച്ചത് ടി.വി. കെ ഓർക്കുന്നു."....-നമ്മുടെ ഭാവി കമ്മ്യൂണിസ്റ്റ് പാർട്ടിയുടെ കുടെയാണ്. കൂടുതൽ കഷ്ടതകളും ത്യാഗങ്ങളും സഹിക്കാൻ നാം തയ്യാറാകണം. (സഖാവ് ടി.വി.കെ)

"...എ.ഐസി.സിയുടെ തണുപ്പൻനയവും കോൺഗ്രസ് സോഷ്യലിസ്റ്റ് പാർട്ടിയുടെ നിഷ്ക്രിയത്വവും വിവരിച്ചതിന് ശേഷം യുദ്ധത്തിന്റെ വറു തികൾക്കും വളരുന്ന സാമ്പത്തിക കുഴപ്പങ്ങൾക്കും എതിരായ സമരം എങ്ങനെ സംഘടിപ്പിക്കാം എന്നതിനെക്കുറിച്ച് ഇന്ത്യൻ കമ്മ്യൂണിസ്റ്റ് പാർട്ടിക്ക് മാത്രമാണ് ശരിയായ കാഴ്ചപ്പാടുള്ളതെന്ന് യോഗത്തിൽ നമ്പൂതിരിപ്പാടും കൃഷ്ണപിള്ളയും വിവരിച്ചു. സ്വാതന്ത്ര്യസമരത്തിനുള്ള കമ്മ്യൂ ണിസ്റ്റ് പാർട്ടിയുടെ പരിപാടിയെക്കുറിച്ച് ചെറിയൊരു വിശദീകരണവും അവർ നൽകി.നാലുപേർ അടങ്ങിയ ഒരു കമ്മ്യൂണിസ്റ്റ് ഗ്രൂപ്പ് നേരത്തെ തന്നെ കേരളത്തിൽ ഉണ്ടായിരുന്നത് തുറന്നു പറഞ്ഞത് അന്നത്തെ യോഗത്തിലാണ്. "(കേരളത്തിലെ കമ്മ്യൂണിസ്റ്റ് പ്രസ്ഥാനം ആദ്യനാള കളില്ലൂടെ) - (എൻ.ഇ ബാലറാം) സപ്തംബർ 15ന് മുമ്പ് തന്നെ കമ്മ്യൂണിസ്റ്റ് നേതൃത്വത്തിൽ ഒരു വിഭാഗം ഒളിവിൽ പോയിരുന്നു. അവരുടെ പ്രവർ ത്തന ഫലമായി പാർട്ടിക്കൊരു രഹസ്യസംഘടന- അടിമുതൽ മുടിവരെ

രഹസ്യമായി പ്രവർത്തിക്കുന്ന ഒരു സംഘടന - ഉണ്ടായിക്കഴിഞ്ഞിരുന്നു. സപ്ലംബർ 15 ന് ശേഷം ഇതിന്റെ ആവശ്യം പതിന്മടങ്ങ് വർദ്ധിച്ചു. രഹസ്യമായിട്ടല്ലാതെ ഒരു പ്രവർത്തിയും ചെയ്യാൻ നിവർത്തി ഇല്ലെന്ന നിലയിലായി. അതിനനുസരിച്ച് ഏറ്റവും അധികം കാര്യക്ഷമമായി പ്ര വർത്തിക്കുന്ന ഒരു അണ്ടർഗ്രൗണ്ട് പാർട്ടിസെന്റും അതിനാവശ്യമായ മറ്റ് ഉപകരണങ്ങളും ഉണ്ടാക്കാൻ കഴിഞ്ഞു".

(ഇ.എം.എസ് കേരളം മലയാളികളുടെ മാതൃഭൂമി)

"കമ്മ്യൂണിസ്റ്റ് ആശയഗതിക്കാരായ ഭൂരിപക്ഷം കോൺഗ്രസ് സോഷ്യലിസ്റ്റ് അംഗങ്ങളെയും കമ്മ്യൂണിസ്റ്റ് പാർട്ടി രൂപീകരണം അറി യിക്കാനുള്ള ഒരു യോഗമായിരുന്നു പിണറായി പാറപ്രം സമ്മേളനം." "അഗ്നിവീഥികൾ":- എൻ.സി. ശേഖർ. ചുരുക്കത്തിൽ "കമ്മ്യൂണിസ്റ്റ് പാർട്ടി അഖിലേന്ത്യാ കേന്ദ്രത്തിന്റെ അനുഗ്രഹാശ്ശിസുകളോടെ 1937 ലാണ് കേരളത്തിൽ ഒരു കമ്മ്യൂണിസ്റ്റ് പാർട്ടി ഘടകം രൂപം കൊള്ള ന്നതെങ്കിലും കമ്മ്യൂണിസ്റ്റ് പാർട്ടി എന്ന പേരിൽ ലഘുലേഖകളും ചുമരെ ഴുത്തുകളും മറ്റ് പ്രചരണങ്ങളും തുടങ്ങിയത് പാറപ്പുറം സമ്മേളനത്തിന് ശേഷമാണ്. കൂടാതെ കമ്മ്യൂണിസ്റ്റ് പാർട്ടിയുടെ ഒരു സംസ്ഥാന കേന്ദ്രവും ജില്ലാ-താലൂക്ക് കേന്ദ്രങ്ങളും രഹസ്യമായിട്ടാണെങ്കിലും കാര്യക്ഷമമായി പ്രവർത്തിക്കുക എന്ന പ്രക്രിയ പാറപ്രം സമ്മേളനത്തിന് ശേഷം തുടങ്ങി. ആ നിലക്ക് കമ്മ്യൂണിസ്റ്റ് പാർട്ടിയുടെ വളർച്ചയിൽ പാറപ്പുറം സമ്മേളനത്തിനുള്ള പ്രാധാന്യം ഒരിക്കലും തള്ളിക്കളയാൻ കഴിയില്ല."

പാറപ്രം സമ്മേളനത്തിൽ കെ.പി.ആർ പങ്കെടുത്തു. പറശ്ശിനിക്കട വിൽ നിന്നും പങ്കെടുത്ത പി.എം.ഗോപാലനാണ് മറ്റൊരു പ്രതിനിധി. പാറപ്രം സമ്മേളന നടപടികളും അനുഭവങ്ങളും സൂചിപ്പിച്ച നേതാക്കൾ ചൂണ്ടിക്കാണിച്ചതുപോലെ 1940 ജനുവരി 26ന് രഹസ്യമായി രൂപീകരി ച്ച കമ്മ്യൂണിസ്റ്റ് പാർട്ടിയുടെ പ്രവർത്തനം പരസ്യപ്പെടുത്താൻ നടന്ന ഒട്ടേറെ പ്രവർത്തനങ്ങൾ ഈ പ്രദേശങ്ങളിലും അരങ്ങേറി. ബക്കളം, കല്യാശ്ശേരി, പറശ്ശിനിക്കടവ്, തളിപ്പറമ്പ്, പാപ്പിനിശ്ശേരി തുടങ്ങിയ പ്രദേശങ്ങളിൽ കമ്മ്യൂണിസ്റ്റ് പാർട്ടി സാന്നിധ്യം പ്രഖ്യാപിച്ചുകൊണ്ട് ചുമ രെഴുത്തുകളും പോസ്റ്ററുകളും സ്ഥാപിക്കപ്പെട്ടു. 1940 ജനുവരി മദ്ധ്യത്തിൽ ചിറക്കൽ താലൂക്കിൽ കമ്മ്യൂണിസ്റ്റ് പാർട്ടിയുടെ കേന്ദ്രം രഹസ്യമായി പ്ര വർത്തിക്കാൻ തുടങ്ങി. പാർട്ടി പ്രവർത്തകർക്കുവേണ്ടി നടത്തിയ മൂന്നാ മത്തെ പഠനക്ലാസ് മൊറാഴ പുന്നക്കളങ്ങരയിലെ കപ്പണതൊഴിലാളി കണ്ണൻ എന്നവരുടെ വീട്ടിൽവച്ച് രഹസ്യമായി നടത്തുകയായിരുന്നുവെ ന്ന് കെ.പി.ആർ രയരപ്പൻ അനുസ്മരിക്കുന്നു. "ഒളിവിൽ കഴിയുകയായി രുന്ന പി.കൃഷ്ണപിള്ളയും അദ്ദേഹത്തിന്റെ ഒപ്പമുണ്ടായിരുന്ന എം.എസ്.

ദേവദാസ്, ഉണ്ണിരാജ, കെ.പി.ജി, തമ്പി തുടങ്ങിയ സഖാക്കൾക്ക് സൈ്വ ര്യമായി ക്ലാസ് നടത്താൻ കഴിഞ്ഞത് കൃഷിക്കാരുടെ ഇടയിൽ ഉണ്ടായി രുന്ന ഐക്യവും ജാഗ്രതയും ഒന്നുകൊണ്ട് മാത്രമായിരുന്ന” എന്നുകൂടി കെ.പി.ആർ.രയരപ്പൻ എടുത്തുപറഞ്ഞു. മാർക്സിസം ലെനിനിസത്തി ന്റെ അടിസ്ഥാന തത്വങ്ങൾ ഹൃദിസ്ഥമാക്കാനും കമ്മ്യൂണിസ്റ്റ് പാർട്ടിയുടെ സംഘടനാ തത്വങ്ങൾ മനസ്സിലാക്കാനും സാധിച്ചതോടൊപ്പം ബക്കളവും ചുറ്റുപാടുമുള്ള ഗ്രാമങ്ങളിലും പാർട്ടികെട്ടിപ്പടുത്ത് ബഹുജനങ്ങൾക്കിട യിൽ ശരിയായ രീതിയിൽ പ്രവർത്തിക്കുന്നതിനും ഇത്തരം ക്ലാസ്സുകൾ വലിയ പങ്കുവഹിച്ചിട്ടുണ്ട്. ഈ പാശ്ചാത്തലത്തിലാണ് പി.കൃഷ്ണപ്പിള്ള പങ്കെടുത്തുകൊണ്ട് മൊറാഴയിൽ കമ്മ്യൂണിസ്റ്റ് പാർട്ടിയുടെ ആദ്യ സെൽ രൂപീകൃതമാകുന്നത്. പി.ഐ.വി.ചാത്തുക്കുട്ടി മാസ്റ്റർ, കെ.പി.കുഞ്ഞപ്പ, മൈക്കീൽ കുഞ്ഞിക്കണ്ണൻ വൈദ്യർ, ഐക്കാൽ രാമൻ എന്നിവരായിരു ന്ന അംഗങ്ങൾ. ചാത്തുക്കുട്ടി മാസ്റ്റർ ആദ്യത്തെ സെൽ സെക്രട്ടറിയായി. പിന്നീട് കുറച്ച് കാലം കെ.പി.കുഞ്ഞപ്പയും സെക്രട്ടറിയായിരുന്നു. ഈ 5 പേർ കമ്മ്യൂണിസ്റ്റ് പാർട്ടിയുടെ ആദ്യത്തെ സെല്ലിൽ അംഗങ്ങളായത് മൊറാഴയിൽ വളർന്ന്വന്ന സാമൂഹ്യ രാഷ്ട്രീയ സാഹചര്യത്തിന്റെ ഭാഗമായാണ്. 1909 ൽ ജനിച്ച കുഞ്ഞിക്കണ്ണൻ വൈദ്യർ അഞ്ചാംക്ലാസ് വരെയുള്ള പഠനത്തിന് ശേഷം പരമ്പരാഗത വൈദ്യകുടുംബത്തിലെ അംഗവുമായതിനാൽ വൈദ്യവും പഠിച്ചു. തുടർന്ന് പാപ്പിനിശ്ശേരിയിലെ ആറോൺ മിൽതൊഴിലാളിയായി. 1934 ൽ തന്നെ കർഷകസംഘം പ്ര വർത്തനവുമായി ബന്ധപ്പെട്ടു. 1940 ലെ ആറോൺ മിൽ സമരത്തിൽ സജീവമായി പങ്കെടുത്തു. പി.കൃഷ്ണപ്പിള്ളയുമായി അടുത്ത് ബന്ധപ്പെടാൻ സാധിച്ചു. കൃഷ്ണപിള്ള ദിവസങ്ങളോളം മൈക്കീലിന്റെ വീട്ടിൽ താമസിച്ചി രുന്നു. 1940 ൽ തേങ്ങപറി കള്ളകേസിൽ പ്രതിയാക്കി 6 മാസം ജയിൽ ശിക്ഷ വിധിച്ചു. 1948 ൽ ഒളിവിൽ പോയി. പിടിക്കപ്പെട്ടു. ഭീകരമായ മർദ്ദനമേൽക്കേണ്ടി വന്നു. മൊറാഴയിൽ ഇന്നത്തെ ഗ്രാമീണ ഗ്രന്ഥാല യത്തിന്റെ തുടക്കമായ ദേശാഭിമാനി വായനശാല സ്ഥാപിക്കുന്നതിൽ നേതൃത്വം നൽകി.

1905 ൽ ജനിച്ച കെ.പി.കുഞ്ഞപ്പ പ്രാഥമിക വിദ്യാഭ്യാസത്തിനുശേഷം കാർഷിക വൃത്തിയിൽ ഏർപ്പെട്ടു. പറശ്ശിനിക്കടവിലും ബക്കളത്തും നടന്ന കർഷകസമ്മേളനത്തിൽ പങ്കെടുത്തിട്ടുണ്ട്. 1940 ൽ ആറോൺ മിൽസമരത്തിൽ പങ്കെടുത്തതിനെയെടുർന്ന് പിരിച്ച് വിടപ്പെട്ടു. മൊറാഴ സംഭവത്തിൽ പങ്കെടുത്തുവെങ്കിലും പ്രതിയാക്കപ്പെട്ടില്ല. എള്ളെരിഞ്ഞി കർഷകസമരത്തിലും പങ്കെടുത്തിരുന്നു.

1920 ൽ ജനിച്ച പി.ഐ.വി.ചാത്തുക്കുട്ടി മാസ്റ്റർ മൊറാഴയിലെ പ്രമുഖ കർഷക കുടുംബത്തിലെ അംഗമായിരുന്നു. വിദ്യാഭ്യാസത്തിന് ശേഷം ട്രെനിംഗ് കഴിഞ്ഞ് അധ്യാപകനായി. അധ്യാപക സംഘടനയുടേയും കർഷകസംഘത്തിന്റെയും പ്രവർത്തകനായി. ദേശീയ പ്രസ്ഥാന നേതാക്കളമായി അടുത്ത ബന്ധം പുലർത്തി. മൊറാഴ ഗ്രാമീണ വായ നശാലയുടെ ആദ്യരൂപമായ ദേശാഭിമാനി വായനശാലാ പ്രവർത്തക നായിരുന്നു.

മൊറാഴയിലെ പ്രമുഖ കർഷക കുടുംബ അംഗമായിരുന്നു ഐക്കാൽ രാമൻ. ഇദ്ദേഹത്തിന്റെ ചായക്കട ദേശീയ സ്വാതന്ത്ര്യ സമരനേതാക്കൾ നിരന്തരം ബന്ധപ്പെട്ടിരുന്ന കേന്ദ്രമായിരുന്നു. കൃഷ്ണപിള്ള മൊറാഴയിൽ എത്തിയാൽ ബന്ധപ്പെടുന്നത് ഇവിടെയായിരുന്നു. പാർട്ടി സർക്കുലറും മറ്റ് രഹസ്യരേഖകളും കൈകാര്യം ചെയ്യാൻ ഈ കേന്ദ്രം ഉപയോഗിച്ചി രുന്നു. ഇവിടെ പാർട്ടിയുടെ സ്റ്റഡി ക്ലാസ്സുകൽ നടത്തിയിരുന്നു.

ഇ.പി.ബാലൻനമ്പ്യാരെപ്പറ്റി കാര്യമായ വിവരങ്ങൾ ലഭ്യമല്ല. മൊറാഴ സംഭവത്തെത്തുടർന്നുണ്ടായ പോലീസ് മർദ്ദനം സഹിക്കാതെ നാട്ടവിട്ട പോയി. തിരിച്ചവന്നില്ല.

ബക്കളത്ത് പടിഞ്ഞാറ് ഭാഗത്ത് ഞാത്തിൽ മറ്റൊരു പാർട്ടി സെല്ല് പ്രവർത്തിച്ചിരുന്നു. മുത്തർ നാരായണൻ, കൊളത്തൂർ കണ്ണൻ, തരോൽ ഒതേനൻ, തരോൽ ദാമോദരൻ, കുന്നിൽ കുഞ്ഞിരാമൻ വൈദ്യർ, കെ.വി. രാമൻ മാസ്റ്റർ എന്നിവർ അംഗങ്ങളായിരുന്നു. തരോൽ ദാമോദരൻ ക്ലവേരി കൊട്ടക്കാനം സ്ക്കൂളിലെ അധ്യാപകനും കർഷകസംഘത്തിന്റെ ഉശിരനായ പ്രവർത്തകനുമായിരുന്നു. കരക്കാട്ടിടത്തിലേക്ക് പോയ ബക്കളം ജാഥയിൽ പങ്കെടുത്തിരുന്നു. മൊറാഴ സംഭവത്തെത്തുടർന്ന് ഒളിവിൽ പോയി. ഇണ്ടകൾ ഇദ്ദേഹത്തെ വധിക്കാൻ ഗൂഢാലോചന നടത്തിയത് അറിഞ്ഞ സുബ്രഹ്മണ്യ ഷേണായിയുടെ ഉപദേശപ്രകാരം നാട്വിട്ട് പാലക്കാടേക്ക് പോയി. അവിടെ പാർട്ടിയും വർഗ്ഗബഹുജന പ്ര സ്ഥാനവും കെട്ടിപ്പടുക്കുന്നതിൽ ജീവിതാവസാനം വരെ വ്യാപൃതനായി.

ചുരുക്കത്തിൽ ബക്കളം കർഷകസമ്മേളനം, ബക്കളം ജാഥ, പത്താം കേരള രാഷ്ട്രീയ സമ്മേളനം, നിയമലംഘന സമരങ്ങൾ, ആറോൺ മിൽ സമരാനുഭവങ്ങൾ, കർഷക സംഘം പ്രവർത്തനങ്ങൾ, പാറപ്പറം സമ്മേളനം ഉയർത്തിവിട്ട അനുഭവങ്ങൾ, കൃഷ്ണപിള്ള ഉൾപ്പെടെയു ള്ള നേതാക്കന്മാരുമായുള്ള ബന്ധം - ഈ പശ്ചാത്തലത്തിലാണ് മൊറാഴയിലെ ആദ്യത്തെ കമ്മ്യൂണിസ്റ്റ് പാർട്ടി സെൽ രൂപം കൊള്ള നത്.

1940 സെപ്റ്റംബർ 15: മൊറാഴ സംഭവം

ദേശീയ സ്വാതന്ത്ര്യ സമരത്തിന്റെ ഭാഗമായി നടന്ന മൊറാഴ സംഭവത്തിന് കാരണമായ സാർവ്വദേശീയ-ദേശീയ സംഭവ വികാസങ്ങളും പരിശോധിക്കേണ്ടതുണ്ട്. 1939-ൽ പൊട്ടിപ്പുറപ്പെട്ട രണ്ടാംലോക മഹായുദ്ധത്തിന്റെ മുഖ്യകാരണം കോളനികളുടെ പുനർവിഭജനത്തിനുവേണ്ടിയുള്ള സാമ്രാജ്യത്വ ശക്തികൾ തമ്മിലുള്ള തർക്കങ്ങൾ ആയിരുന്നുവല്ലോ. വ്യവസായ വൽക്കരണത്തിന്റേയോ ജനസംഖ്യയുടേയോ തോത് അനുസരിച്ച് അസംസ്കൃതവസ്തുക്കളോ കമ്പോളങ്ങളോ ഇല്ലെന്ന സാമ്രാജ്യത്വ രാജ്യങ്ങളിൽ ഒരുവിഭാഗത്തിന്റെ പരാതി പരിഹരിക്കാത്ത സാഹചര്യത്തിലാണ് യുദ്ധം പൊട്ടി പുറപ്പെ ട്ടത്. ലോകത്തിലെ ഭൂരിഭാഗം കോളനികളും കൈയടിക്കി വെച്ചിരുന്ന ബ്രിട്ടനും ഫ്രാൻസും ചേർന്ന് പ്രതിരോധ തന്ത്രങ്ങൾ രൂപപ്പെട്ടുത്തി.

യുദ്ധം പൊട്ടിപ്പുറപ്പെട്ടപ്പോൾ ഇന്ത്യക്കാരോട് ആലോചിക്കാതെ ഇന്ത്യ യുദ്ധത്തിൽ പങ്കാളിയാണെന്ന വൈസ്രോയി ലിൻ ലിത്ഗോയുടെ പ്രഖ്യാപനം ഇന്ത്യയിലെ ധീരദേശാഭിമാനി ശക്തികളെ പ്രകോപിപ്പി ച്ചു. ഇന്ത്യാ സെക്രട്ടറി ആമ്റി പ്രഭവിന്റെ പ്രസംഗങ്ങൾ പൊരുളുന്ന ഇന്ത്യൻ ദേശീയ പ്രസ്ഥാനത്തെ അവഗണിക്കുന്ന തരത്തിലായിരു ന്നു. ബ്രിട്ടന്റെ യുദ്ധനീക്കങ്ങളെ ചെറുക്കണമെന്ന് പൊതുവെ ദേശീയ പ്രസ്ഥാന നേതൃത്വം തീരുമാനിച്ചു. ഇത് സംബന്ധിച്ച് അന്നത്തെ പത്ര വാർത്തകൾ വ്യക്തമാക്കുന്നു.

സംസ്ഥാന കോൺഗ്രസ് കമ്മിറ്റി ഓഫീസിൽ നിന്നും (ചാലപ്പുറം) അയച്ചുകിട്ടിയ ഒരു അറിയിപ്പിന്റെ ചില ഭാഗങ്ങൾ ചുവടെ ചേർക്കുന്നു.

"കെ.പി.സി.സി. പ്രവർത്തക സമിതിയുടെ ഒരു യോഗം 1940 സപ്തംബർ 8 ന് പകൽ 2 മണിക്ക് ശ്രീ.എച്ച്. മഞ്ചുനാഥ റാവുവിന്റെ വീട്ടിൽവച്ച് കൂടി. ശ്രീ. കെ.ടി.കുഞ്ഞിരാമൻ നമ്പ്യാർ, കെ.ദാമോദരൻ, എം.വി.ഗോവിന്ദ മേനോൻ, എ.സി.രാമൻ, സി.കെ.ഗോവിന്ദൻ നായർ, ഒ.ടി.ശാരദ കൃഷ്ണൻ, പി.സി.ശങ്കരൻ, കെ.പി.ആർ.ഗോപാലൻ, എച്ച്. മഞ്ചുനാഥ് റാവു, പി.കെ.മൊയ്തീൻ കുട്ടി എന്നീ മെമ്പർമാർ ഹാജരുണ്ടായിരുന്നു.

"ഇന്ത്യാ സെക്രട്ടറിയും ഇന്ത്യാ വൈസ്രോയിയും ഇന്ത്യയുടെ ദേശീയ ആവശ്യത്തെ സംബന്ധിച്ച് ചെയ്ത പ്രസ്താവനകളേയും പൗരസ്വാതന്ത്ര്യ മർദ്ദനങ്ങളേയും പ്രതിഷേധിക്കുവാൻ സപ്തംബർ 15 ന് ഒരു പ്രതിഷേധ ദിനമായി കൊണ്ടാട്ടുന്നതിന് കേരള സംസ്ഥാന കോൺഗ്രസ് കമ്മിറ്റി തീരുമാനിക്കുകയും അതിനായി അഭ്യർത്ഥിക്കുകയും ചെയ്തിരുന്നുവല്ലോ. അന്നേദിവസം ഘോഷയാത്രുകളും പൊതുയോഗങ്ങളും നടത്തി താഴെ കൊടുത്ത പ്രമേയം പാസ്സാക്കണമെന്ന് ഈ കമ്മറ്റി കോൺഗ്രസ് കമ്മറ്റികളോടും പൊതുജനങ്ങളോടും അഭ്യർത്ഥിക്കുന്നു."

കെ.പി.സി.സി.യുടെ അന്നത്തെ പ്രമേയം താഴെചേർക്കുന്നു. "ആഗസ്റ്റ് 8-ാം തിയ്യതി ഇന്ത്യാ വൈസ്രോയി ലിൻ ലിത്ഗോ പ്രഭ ചെയ്ത പ്രസ്താവനയും അതിനെത്തുടർന്ന് ആഗസ്റ്റ് 14 ന് ഇന്ത്യാ സെക്രട്ടറി മി. ആമ്റി പാർലിമെന്റിൽ ചെയ്തപ്രസംഗവും ഇന്ത്യയുടെ ദേശീയ ആവശ്യത്തെ പൊതുവെയും ഇന്ത്യൻ നാഷണൽ കോൺഗ്രസ്സിന്റെ പ്രമേയങ്ങളെ പ്രത്യേകിച്ചും നിരസിച്ചുകൊണ്ടുള്ളവയാണെന്ന് വ്യക്തമായിരിക്കകൊണ്ട് അതിൽ പ്രതിഷേധം രേഖപ്പെടുത്തുവാനുള്ള കോൺഗ്രസ്സ് പ്രവർത്തക കമ്മറ്റിയുടെ തീരുമാനത്തെ ഈ യോഗം സ്വാഗതം ചെയ്യുന്നു. ബ്രിട്ടീഷ് സാമ്രാജ്യാധിപത്യവുമായുള്ള എല്ലാ ബന്ധങ്ങളും വിടർത്തിക്കൊണ്ടുള്ള പരിപൂർണ്ണ സ്വാതന്ത്ര്യത്തിൽ കുറഞ്ഞത് ഒന്നുകൊണ്ടും ഇന്ത്യ തൃപ്തിപ്പെടുകയില്ലെന്നും സ്വാതന്ത്ര്യസമരത്തിന്റെ വിജയവേളയിൽ പ്രായപൂർത്തി വോട്ടവകാശത്തോടുകൂടി തെരഞ്ഞെടുക്കുന്ന ജനപ്രതിനിധി സഭ മുഖേന രൂപീകരിക്കപ്പെടുന്ന ഭരണഘടന മാത്രമേ ഇന്ത്യക്ക് സ്വീകാര്യമായിരിക്കുകയുള്ളവെന്നും കോൺഗ്രസ്സ് പ്രഖ്യാപിച്ച് കഴിഞ്ഞിട്ടുള്ളതാണ്."

മാതൃഭൂമി 1940 സപ്തംബർ 15

ദേശീയ തലത്തിൽ ആവട്ടെ ഇന്ത്യയുടെ വിവിധ ഭാഗങ്ങളിലായി പ്രവർത്തിച്ചവരുന്ന കമ്മ്യൂണിസ്റ്റുകാർ ശക്തമായ യുദ്ധവിരുദ്ധ പ്രവർത്തനങ്ങൾക്ക് നേതൃത്വം നൽകിവരികയായിരുന്നു.

"തങ്ങളുടെ തത്വങ്ങളോട് സത്യസന്ധതയും സ്വാതന്ത്ര്യ സമരത്തോട് കൂറും പുലർത്തിയ കമ്മ്യൂണിസ്റ്റുകാർ തങ്ങൾക്ക് സ്വാധീനമുള്ള സ്ഥലങ്ങളിലൊക്കെ യുദ്ധത്തിനെതിരെ ജനങ്ങളെ രംഗത്തിറക്കാൻ നോക്കി. യുദ്ധം പൊട്ടിപ്പറപ്പെട്ട് ഏതാനും ദിവസങ്ങൾക്കുള്ളിൽതന്നെ ബോംബെയിൽ ഒരു യുദ്ധവിരുദ്ധ പണിമുടക്കം സംഘടിപ്പിച്ചു. തൊണ്ണൂറായിരം തൊഴിലാളികൾ പങ്കെടുത്ത പ്രസ്തുത പണിമുടക്ക് ലോക തൊഴിലാളി പ്രസ്ഥാനത്തിനകത്ത് നടന്ന ആദ്യത്തെ യുദ്ധവിരുദ്ധ പണിമുടക്കായിരുന്നു."

ഇന്ത്യൻ സ്വാതന്ത്ര്യ സമരവും കമ്മ്യൂണിസ്റ്റുകാരും (ബി.ടി.രണദിവെ)

കമ്മ്യൂണിസ്റ്റ് പാർട്ടിയുടെ അന്നത്തെ അഖിലേന്ത്യാ നേതൃത്വത്തിന്റെ വ്യക്തമായ അറിവോടെ തന്നെയാണ് കേരളത്തിലെ ഇടതുപക്ഷ കെ.പി.സി.സി. സാമ്രാജ്യത്വ വിരുദ്ധ മർദ്ദന പ്രതിഷേധ ദിനം ആചരിക്കാൻ തീരുമാനിച്ചതെന്ന് വ്യക്തമാണ്.

ഈ പ്രമേയപ്രകാരമുള്ള ദിനാചരണം തടയാനും പ്രതിഷേധപ്രവർത്തനങ്ങളെ ഉരുക്ക് മുഷ്ടി ഉപയോഗിച്ച് അടിച്ചമർത്താനുമാണ് ബ്രിട്ടീഷ് ഭരണാധികാരികൾ തയ്യാറായത്.

"സപ്തംബർ 15 ന് പ്രതിഷേധ ദിനം കൊണ്ടാടുന്നതിനെ രാജ്യരക്ഷാ നിയമം 56-ാം വകുപ്പ പ്രകാരം നിരോധിച്ചുകൊണ്ട് മലബാർ കലക്ടർ മി: സി.എഫ്.വി. വില്യംസ് (ഐ.സി.എസ്.) ഇന്നലെ ഒരു കല്പന പാസ്സാക്കിയിരിക്കുന്നു. മലബാർ ജില്ലയ്ക്ക് ആകെ ബാധിക്കുന്ന കല്പനയാണത്... മലബാർ ജില്ലയിൽ സപ്തംബർ 15-ാം തിയ്യതി പൊതുയോഗം കൂടുന്നതിനെയും ഘോഷയാത്രകൾ നടത്തുന്നതിനെയും നിരോധിക്കുന്നു എന്നും മറ്റുമാണ് പ്രസ്തുത നിരോധന കല്പനയിൽ പറഞ്ഞിട്ടുള്ളത്.

സ്വ.ലേ.

മാതൃഭൂമി 1940 സപ്തംബർ 15.

ചീഫ് സെക്രട്ടറിയുടെ അനുവാദത്തിനുപോലും കാത്തുനിൽക്കാതെയാണ് മലബാർ കലക്ടർ ധൃതിപ്പെട്ട് നിരോധന ഉത്തരവ് പ്രഖ്യാപിച്ചതെന്ന് ഇതു സംബന്ധിച്ച രേഖകൾ വ്യക്തമാക്കുന്നു. നിരോധന ഉത്തരവ് ലംഘിക്കുവാൻ കെ.പി.സി.സി.സെക്രട്ടറി കെ.ദാമോദരൻ ആഹ്വാനം ചെയ്തു. മലബാറിൽ ഉടനീളം ഗവ:ഉത്തരവ് ലംഘിച്ച് ജനങ്ങൾ പ്രതിഷേധത്തിന് ഇറങ്ങി. ബക്കളം പത്താംരാഷ്ട്രീയ സമ്മേളനം ഉയർത്തിവിട്ട

ആവേശവും തുടർന്ന് അതേവർഷം പിണറായി പാറപ്പുറത്ത് ചേർന്ന കമ്മ്യൂണിസ്റ്റ് പാർട്ടി സമ്മേളനവും പാർട്ടി രൂപീകരണം പരസ്യപ്പെടുത്തിക്കൊണ്ടുള്ള പ്രചരണവും ആറോൺ മിൽസമരത്തിൽ ഉയർന്ന് വന്ന തൊഴിലാളി-കർഷക ഐക്യനിരയും ജനങ്ങളിൽ പൊതുവെ പുരോഗമന രാഷ്ട്രീയ കാഴ്ചപ്പാടും ദിശാബോധവും സൃഷ്ടിച്ചിരുന്നു.

ചിറക്കൽ താലൂക്കിൽ കീച്ചേരിയിൽ പ്രതിഷേധ യോഗം ചേരാനായിരുന്നു തീരുമാനിച്ചത്. ഏതാനും മാസങ്ങൾക്ക് മുമ്പുതന്നെ കീച്ചേരിയിൽ സ്പതംബർ 15 ന് ഒരു കർഷക സമ്മേളനം ചേരുന്നതിന് തീരുമാനിച്ചിരുന്നു. എന്നാൽ പോലീസ് അധികാരികൾ ഇതിനെ വ്യാഖ്യാനിച്ചത് നിരോധന ഉത്തരവ് മറികടക്കാനുള്ള സംഘാടകരുടെ ഒരു തന്ത്രമായിട്ടാണ്.

ചിറക്കൽ താലൂക്കിലെ വിവിധ വില്ലേജുകളിൽ നിന്ന് സപ്തംബർ 15 പ്രഭാതമായപ്പോഴേക്കും ജാഥകൾ പ്രയാണമാരംഭിച്ചു. ഉച്ചയോട്ടുകൂടി നിരവധി ജാഥകൾ കീച്ചേരിയിൽ എത്തിച്ചേർന്നു. സമരം ഉയർത്തിവിട്ട ഉശിരിന്റെയും ഉണർവിന്റെയും പശ്ചാത്തലത്തിൽ ഒരു വലിയ ജാഥ സമ്മേളനത്തിലേക്ക് നയിക്കാൻ ആറോൺ മിൽതൊഴിലാളികൾക്ക് കഴിഞ്ഞു. പാപ്പിനിശ്ശേരി റെയിൽവെസ്റ്റേഷൻ പരിസരത്ത് നിന്നുമാണ് അവരുടെ ജാഥ പുറപ്പെട്ടത്.

ഈ അവസരത്തിൽ വളപട്ടണം പോലീസ് സബ് ഇൻസ്പെക്ടർ കുട്ടിക്കൃഷ്ണമേനോൻ ഒരുസംഘം പോലീസുകാരുമായി കീച്ചേരിയിൽ എത്തിച്ചേർന്നു. ആറോൺ മിൽ സമരത്തിൽ തൊഴിലാളികൾക്കും സമരസഹായ സമിതി പ്രവർത്തകർക്കുമെതിരെ കൊടിയ മർദ്ദനം അഴിച്ചുവിട്ട് ജനരോഷവും കുപ്രസിദ്ധിയും ആർജ്ജിച്ച പോലീസ് ഓഫീസറായിരുന്ന കുട്ടികൃഷ്ണ മേനോൻ. ഏറനാട് താലൂക്കിലെ കർഷക പോരാട്ടങ്ങളെ നിഷ്ഠുരമായി അടിച്ചമർത്താൻ നേതൃത്വം നൽകിയതിന്റെ ഭാഗമായി ജീവന് ഭീഷണിയുണ്ടെന്ന രഹസ്യപോലീസ് റിപ്പോർട്ടിനെ തുടർന്ന് ബ്രിട്ടീഷ് അധികൃതർ മേനോനെ വളപട്ടണം പോലീസ് സ്റ്റേഷനിലേക്ക് സ്ഥലം മാറ്റിയതാണെന്ന് പറയപ്പെടുന്നു. സമര നേതാക്കൾക്ക് 144 പ്രകാരമുള്ള നിരോധനാജ്ഞ നൽകി യോഗം നടത്താൻ അനുവദിക്കില്ലെന്ന് കുട്ടികൃഷ്ണമേനോൻ ആക്രോശിച്ചു.

സമീപ പ്രദേശത്ത് ഈ സമയത്ത് ഒളിവിൽ കഴിയുകയായിരുന്ന പി.കൃഷ്ണപിള്ള, ഇ.എം.എസ്.കേരളീയൻ എന്നിവരുമായി കെ.പി. ആർ.നടത്തിയ ആശയ വിനിമയത്തിന്റെ ഭാഗമായി പൊതുയോഗം നിരോധന ഉത്തരവ് ബാധകമല്ലാത്ത തളിപ്പറമ്പ് താലൂക്കിലെ മൊറാഴ വില്ലേജിൽപെട്ട അഞ്ചാംപീടികയിലേക്ക് മാറ്റാൻ സംഘാടകർ

തീരുമാനിച്ചു. എല്ലാ ജാഥകളും അഞ്ചാംപീടികയിലേക്ക് തിരിച്ചവിട്ടു. അവസാനം വന്നത് അറാക്കൽ കുഞ്ഞിരാമന്റെ നേതൃത്വത്തിലുള്ള കയരളം ജാഥയായിരുന്നു. സാധാരണ സമ്മേളനങ്ങളിൽ ത്രിവർണ്ണ പതാകയാണ് ഉയർത്താറുള്ളത്. മൊറാഴയിൽ അരിവാൾ ചുറ്റിക ആലേഖനം ചെയ്ത ചെങ്കൊടിയും ഉയർത്തിയിരുന്നു. "പിന്നിട്ട വഴികൾ" എന്ന തന്റെ ആത്മകഥയിൽ ഇ.കെ.നായനാർ ഇങ്ങനെ രേഖപ്പെട്ട ത്തിയിട്ടുണ്ട്. "ഞാൻ സ്റ്റേജിന് അരികിലേക്ക് വന്നു... വിഷ്ണുഭാരതീയനും കെ.പി.ആറും ആൾക്കൂട്ടത്തിന് ഇടയിൽനിന്നും വേദിയിലേക്ക് വരുന്നു. ഇക്വിലാബ് സിന്ദാബാദ് മുദ്രാവാക്യം ആദ്യം വിളിച്ചുകൊടുത്തത് ഞാനാണ്. സഖാക്കൾ ഏറ്റുവിളിച്ചു. ഇതിനിടെ വിഷ്ണുഭാരതീയനും കെ.പി.ആറും എന്റെ അടുത്തേക്ക് വന്നു." "യോഗം തുടങ്ങിയാലോ"... വിഷ്ണുഭാരതീയൻ അഭിപ്രായപ്പെട്ടു. "നമുക്ക് അല്പംകൂടി കാത്തിരിക്കാം." ഞാൻ പറഞ്ഞു. അറാക്കൽ കുഞ്ഞിരാമന്റെ നേതൃത്വത്തിലുള്ള ജാഥവ ന്നിരുന്നില്ല.

പെട്ടെന്ന് ഒരു പോലീസ് വാൻ സ്റ്റേജിന്നരികിൽ വന്നു നിന്നു. തളിപ്പ റമ്പ് പോലീസ് ഇൻസ്പെക്ടർ മീരാൻമൊയ്തീനും തളിപ്പറമ്പ് മജിസ്ട്രേറ്റ് വെങ്കിട്ട രമണനും വളപട്ടണം സബ്ഇൻസ്പെക്ടർ കുട്ടികൃഷ്ണമേനോ നും ഏതാനും പോലീസുകാരും ചാടിയിറങ്ങി. ഹെഡ്കോൺസ്റ്റബിൾ ഗോപാലൻ നായർ ലാത്തികൊണ്ട് ജനങ്ങളെ തള്ളിമാറ്റി വേദിയി ലേക്ക് വരികയാണ്. ഞാൻ വിഷ്ണുഭാരതീയനെ നോക്കി. അദ്ദേഹം പറഞ്ഞു. "അവർ എന്റെ അടുക്കലേക്കാണ് വരുന്നത്. അവർക്ക് വഴികൊടുക്കൂ." ഞാൻ അദ്ദേഹത്തോട് ചേർന്നു നിന്നു. കെ.പി.ആർ അകലെ നിന്ന് യോഗം ആരംഭിക്കാൻ നിർദ്ദേശിച്ചു. "യോഗം ആരം ഭിക്കുകയാണ് എല്ലാവരും നിശ്ശബ്ദരായിരിക്കണം." ഞാൻ ഉച്ചത്തിൽ വിളിച്ചു പറഞ്ഞു.

വിഷ്ണുഭാരതീയൻ പ്രസംഗം തുടങ്ങി. പോലീസ് സംഘവും മജിസ്ട്രേ റ്റും സ്റ്റേജിൽ എത്തി. കുട്ടികൃഷ്ണമേനോൻ വിളിച്ചു പറഞ്ഞു "ഈ യോഗം നിരോധിച്ചതാണ്. യോഗം നടത്തരുത്. ഉടനെ പിരിച്ച വിടുക." "ഈ യോഗം പിരിച്ചുവിടാനുള്ള അധികാരം അദ്ധ്യക്ഷനായ എനിക്കാണ്. അജണ്ട പൂർത്തിയായാൽ അത് ഞാൻ ചെയ്യും. ഭാരതീയൻ ശാന്തവും ദൃഢവുമായ സ്വരത്തിൽ മറുപടി പറഞ്ഞു."

"എല്ലാവരുടെയും തലമണ്ട ഞാൻ തകർക്കും" കുട്ടികൃഷ്ണമേനോൻ അലറി.

...കുട്ടികൃഷ്ണമേനോൻ ലാത്തി ഉയർത്തി അദ്ധ്യക്ഷന് നേരെ കുതിച്ചു.

വിഷ്ണുഭാരതീയൻ പെട്ടെന്ന് കൊടിമരത്തിൽ പിടിച്ചുകൊണ്ട് തറയിൽ കമിഴ്ന്നു കിടന്നു."ഞാൻ ഇവിടെ നിന്നും മാറില്ല" അദ്ദേഹം ഉച്ചത്തിൽ വിളിച്ചു പറഞ്ഞു. ഇൻസ്പെക്ടർ ലാത്തി ഉയർത്തി ആഞ്ഞടിച്ചു. ഞാൻ തട്ടക്കാനാഞ്ഞെങ്കിലും പിന്നില്ലുള്ള ഒരു സഖാവ് എന്നെ തള്ളിമാറ്റി ആ അടി ഏറ്റുവാങ്ങി...അപ്പോഴേക്കും അറാക്കൽ കുഞ്ഞിരാമൻ നയിച്ച കയരളം ജാഥ യോഗസ്ഥലത്തെത്തി. "പിന്നോട്ട് പോകൂ." പോലീസ് അലറി. "ഞങ്ങൾ പിന്നോട്ടില്ല മുന്നോട്ട് പോകാൻ വന്നവരാണ്" അറാക്കൽ ഉച്ചത്തിൽ മറുപടി നൽകി. കുട്ടിക്കൃഷ്ണമേനോന്റെ ലാത്തി അറാക്കലിന്റെ തലയിൽ പതിച്ചു. പോലീസുകാർ അദ്ദേഹത്തെ ചവിട്ടി. ആ ശരീരത്തിൽ നിന്നും ചോര ചീറ്റി." "നിർത്താൻ" പല ഭാഗത്തു നിന്നും ജനങ്ങൾ പോലീസിനെതിരെ താക്കീത് മുഴക്കി. ജനങ്ങളെ ശാന്തരാ ക്കാൻ നേതാക്കൾ പാടുപെടുകയായിരുന്നു. ജനങ്ങൾ പോലീസിന്റെ ലാത്തി പിടിച്ചുവാങ്ങി തിരിച്ചടി തുടങ്ങിയിരുന്നു. എവിടെനിന്നോ ഒരു കല്ല് ചീറി വന്നു. അത് കുട്ടിക്കൃഷ്ണമേനോന്റെ ദേഹത്താണ് കൊണ്ട ത്."അത് എറിയരുത്." ഞാൻ കയ്യയർത്തിക്കൊണ്ട് പറഞ്ഞു. കല്ലുകൾ തുരുതുരാ വന്നു... ജനം നിയന്ത്രണം വിട്ടിരിക്കുന്നു. പോലീസ് വെടിവെച്ചു. ജനം അങ്ങോട്ട് കുതിച്ചു. കല്ലേറ് ശക്തമായി. പോലീസ് പിന്തിരിഞ്ഞോടി. മുഴുവൻപേരും കയറുന്നതിനുമുമ്പ് തന്നെ പോലീസ് വാഹനം പുകയുയർത്തി ലൈറ്റിട്ട കുതിച്ച പാഞ്ഞു".

കുട്ടിക്കൃഷ്ണമേനോൻ ഒരു മതിലിനോട് ചേർന്ന് തളർന്ന നിൽക്കുന്നു. ശരീരം ചോരയിൽ കുളിച്ചിരുന്നു. അയാൾ തറയിലേക്ക് വീണു. "അവൻ ചാകേണ്ടവനാ...ചത്തില്ലെങ്കിൽ കൊല്ല്."

ജനങ്ങളിൽ ചിലർ വിളിച്ചു പറയുന്നുണ്ടായിരുന്നു. "പിന്നിട്ട വഴികൾ"
ഇ.കെ.നായനാർ

മൊറാഴയിൽ ഒത്തുചേർന്ന കർഷകസംഘം പ്രവർത്തകരിലും തൊഴിലാളികളിലും ആരോൺമിൽ സമരകാലത്തെ കുട്ടിക്കൃഷ്ണമേനോ നെന്ന മർദ്ദകവീരന്റെ ചെയ്തികളെക്കുറിച്ച് അറിവുണ്ടായിരുന്നു. അവരിൽ പലരും ആ കൊടും ക്രൂരത അനുഭവിച്ചവരുമായിരുന്നു. ആരോന്റെ നിർദ്ദേശ പ്രകാരം സമരം അടിച്ചമർത്താൻ സർക്കാർ പാപ്പിനിശ്ശേ രിയിൽ ഒരുക്കിയ പോലീസ് സംവിധാനത്തിന്റെ നേതൃത്വമാണല്ലോ കുട്ടിക്കൃഷ്ണമേനോൻ. ആരോമിൽ സമരകാലത്തെ പിക്കറ്റിംഗും ജാഥകളും ലാത്തിച്ചാർജ്ജ് ചെയ്ത് പിരിച്ചുവിടാൻ വലിയ ക്രൂരതകൾ മേനോൻ നടത്തിയിരുന്നു. 144-ാം വകുപ്പ് പ്രകാരം പാപ്പിനിശ്ശേരിയിലും പരി സരപ്രദേശങ്ങളിലും നിരോധാജ്ഞ നടപ്പിലാക്കി. വിഷ്ണു ഭാരതീയൻ, ഇ.കെ നായനാർ, കാന്തലോട്ട് കുഞ്ഞമ്പു തുടങ്ങിയ നേതാക്കളെ

അറസ്റ്റ് ചെയ്തു. ഇതിനെല്ലാം നേതൃത്വം നൽകിയത് കുട്ടിക്യഷ്ണമേനോ നായിരുന്നു. ഇതിലുള്ള കടുത്ത രോഷവും കൂടിയാണ് ജനങ്ങളെ അത്തരത്തിൽ പ്രതികരിക്കാൻ പ്രേരിപ്പിച്ചതും കുട്ടിക്യഷ്ണമേനോന്റെ ഈ വിധമുള്ള അന്ത്യത്തിന് വഴിവെച്ചതും.

'മൊറാഴ സംഭവ പൊതുയോഗത്തിൽ വിഷ്ണഭാരതീയന്റെ
അദ്ധ്യക്ഷ പ്രസംഗത്തിൽ നിന്ന്'

"ഈ നിരോധനത്തെ ലംഘിക്കുവാൻ നാം തീരുമാനിച്ചിരിക്കുന്നു. ഇതിനുമുമ്പ് പലതവണ നാം അങ്ങനെ ലംഘിച്ചിട്ടുണ്ട്. അതുകൊണ്ട് യോഗാദ്ധ്യക്ഷൻ എന്ന നിലയിൽ നിങ്ങളിൽ ആരും പിരിഞ്ഞുപോ കരുതെന്ന് ഞാൻ ആവശ്യപ്പെടുന്നു. നിങ്ങൾ സമാധാനത്തോടുകൂടി യോഗാവസാനം വരെ ഇവിടത്തന്നെ ഇരിക്കണം."

(അടിമകൾ എങ്ങനെ ഉടമകളായി- വിഷ്ണഭാരതീയൻ)

പ്രസ്തുത ഗ്രന്ഥത്തിൽ ഭാരതീയൻ തുടരുന്നു.

"അദ്ദേഹം അങ്ങോട്ടും ഇങ്ങോട്ടും ഓടി. കണ്ണിൽ കണ്ടവരെയെല്ലാം തല്ലാൻ തുടങ്ങി. അപ്പോഴേക്കും മജിസ്ട്രേറ്റിന്റെ ഉത്തരവ് പ്രകാരം അറസ്റ്റ് ചെയ്യാൻ എന്നെ വലിച്ചിഴക്കാൻ തുടങ്ങി. ഞാൻ നിലത്ത് കമിഴ്ന്ന് കിടന്നു. തളിപ്പറമ്പ് എസ്.ഐ മീരാൻമൊയ്തീൻ കയ്യിലുള്ള റിവോൾവർ കൊണ്ട് വെടിവെച്ചു. കെ.ടി.കുഞ്ഞിരാമനും അറുമ്യും വെടിയേറ്റ് നിലത്ത് വീണു. അറാക്കലിന് ഗുരുതരമായി പരിക്കേറ്റു. കെ.പി.ആർ ഇൻക്വി ലാബ് സിന്ദാബാദ് വിളിച്ചുകൊണ്ട് അറാക്കലിന്റെ രക്ഷയ്ക്കെത്തി. പോലീസിനെ അനുസരിക്കരുതെന്ന് കെ.പി.ആർ ഉറക്കെ വിളിച്ചു പറയുന്നുണ്ടായിരുന്നു. തളിപ്പറമ്പ് മജിസ്ട്രേറ്റും മീരാൻമൊയ്തീൻ സബ്ഇൻസ്പെക്ടറും ഓടി രക്ഷപ്പെട്ടു."

കെ.പി.ആർ പിന്നീട് സ്വാതന്ത്ര സമര ഭടൻമാരുടെ സ്മരണികയിൽ ഇങ്ങനെ എഴുതി.

"വ്യക്തി സത്യാഗ്രഹത്തിലൂടെ സാമ്രാജ്യത്തെ കടപുഴക്കാൻ ആവില്ലെന്നും ജനകീയ സമരമാണ് അതിന് പറ്റിയ മാർഗ്ഗമെന്നും സാധനാപാഠം നൽകിയ മൊറാഴ ഇന്ത്യൻ സ്വാതന്ത്ര്യസമരവീഥിയിലെ ഒരു നാഴികകല്ലായി എന്നും പ്രശോഭിക്കും. ക്വിറ്റ് ഇന്ത്യാസമരവും ഐ.എൻ.എ പ്രക്ഷോഭവും എല്ലാം ആവേശം ഉൾക്കൊണ്ടത് മൊറാഴ മാർഗ്ഗത്തിൽ നിന്നാണെന്ന് ചരിത്രസംഭവങ്ങൾ തെളിയിച്ചിരിക്കുക യാണ്."

ഇന്ത്യൻ സ്വാതന്ത്ര്യ സമരചരിത്രത്തിൽ മൊറാഴ സംഭവത്തിനു മുമ്പ് 1922 ൽ ഉത്തർ പ്രദേശിലെ ചൗരിചൗരാ പോലീസ് സ്റ്റേഷൻ

സംഭവമാണ് ഇതിന് സമാപനമായിട്ടുള്ളത്. പോലീസ് സ്റ്റേഷൻ സ്വാ തന്ത്ര്യസമര പ്രക്ഷോഭകാരികൾ തീയിട്ട് ഏതാനും പോലീസുകാരുടെ മരണത്തിൽ കലാശിച്ചിരുന്നു.

കൃഷ്ണപിള്ള, ഇ.എം.എസ്, കേരളീയൻ തുടങ്ങിയ നേതാക്കൾ മൊറാഴ സംഭവം നടക്കുമ്പോൾ പരിസരപ്രദേശത്ത് ഒളിവിൽ പാർക്കുന്നുണ്ടായി രുന്നു എന്ന് ഇതിനുമുമ്പ് സൂചിപ്പിച്ചിട്ടുണ്ട്. ആ ദിനങ്ങളെക്കുറിച്ച് തന്റെ ഓർമ്മക്കുറിപ്പിൽ ഇ.എം.എസ് ഇങ്ങനെ രേഖപ്പെടുത്തിയിട്ടുണ്ട്.

"ഒരു പോലീസ് ഉദ്യോഗസ്ഥൻ കൊല്ലപ്പെട്ട മൊറാഴയ്ക്ക് സമീപമുള്ള ഷെൽട്ടറിലായിരുന്ന ആ സംഭവം നടക്കുമ്പോൾ ഞാനും കൃഷ്ണപിള്ളയും തമ്പടിച്ചിരുന്നത്. എന്നെ സുരക്ഷിത സ്ഥാനത്തേക്ക് മാറ്റാൻ ഏർപ്പാട് ചെയ്ത ശേഷം കൃഷ്ണപിള്ള അവിടെനിന്നും സ്വയം രക്ഷപ്പെട്ടു. ദിവസവും താവളം മാറേണ്ടി വന്ന എനിക്ക് വേട്ടയാടപ്പെടുകയും പിടിക്കപ്പെടുക യും ചെയ്യുന്നവരുടെ അനുഭവമെന്തെന്ന് ഏറെക്കുറെ മനസ്സിലാക്കാൻ കഴിഞ്ഞു. ഒരു ദിവസം എന്റെ സുരക്ഷിത താവളത്തിന് സമീപത്തുകൂടി സർവ്വസന്നാഹങ്ങളുമായി സായുധ പോലീസ് മാർച്ച് ചെയ്ത് പോകുന്നത് ഞാൻ കണ്ടു. അതേ പോലെ ആ കൊല്ലപ്പെട്ട പോലീസുകാരന്റെ ബന്ധുവീട്ടിലും എനിക്ക് തങ്ങേണ്ടി വന്നിട്ടുണ്ട്. എന്നെ സുരക്ഷിതമാ യിരുത്തി അവിടത്തെ ഗൃഹനായിക മരണവീട്ടിൽ അടിയന്തിരങ്ങളിലും പങ്കെടുത്തു."

(ഒരു ഇന്ത്യൻ കമ്മ്യൂണിസ്റ്റിന്റെ ഓർമ്മക്കുറിപ്പുകൾ- ഇ.എം.എസ്)

ഇ.കെ നായനാർ (പിന്നിട്ടവഴികൾ) സ്മരിക്കുന്നു. സംഭവത്തി നുശേഷം "ഇനി ആരും ഇവിടെ നിൽക്കരുത്. എത്രയും പെട്ടെന്ന് ഓടിപ്പോക്.... ഓരോരുത്തരും ഒറ്റയ്ക്കൊറ്റയ്ക്ക് പോകുന്നതാണ് നല്ലത്. നീ കിഴക്ക് ഭാഗത്തേക്ക ഓടിപ്പോക്ക കെ.പി.ആർ പറഞ്ഞു. ഇടവഴി കളിലും ചെറുറോഡുകളിലും കണ്ണും കാതും തുറന്ന് ഞാൻ അതിവേഗം കിഴക്കോട്ട് നടന്നു."

"വാർത്ത കാട്ടുതീ പോലെ പരന്നു. മൊറാഴയിലേക്ക് പോലീസ് വ്യൂഹം ഇരച്ചുകയറി പ്രതികൾക്ക് വേണ്ടി വ്യാപകമായ തിരച്ചിൽ തുടങ്ങി. പിടികിട്ടിയവരെയെല്ലാം അടിച്ചു ചതച്ചു. പോലീസ് ക്യാമ്പുകൾ പീഢനകേന്ദ്രങ്ങളായി മാറി."

മൊറാഴയിലെ കമ്മ്യൂണിസ്റ്റ് പ്രസ്ഥാനത്തിന്റെ ആദ്യ നാളുകളിലെ നേതൃനിരയിൽ പ്രമുഖനും മാവിച്ചേരി കേസിലുൾപ്പെടെ നാല് വർഷം ജയിൽവാസം അനുഷ്ഠിച്ച മുത്തർനാരായണൻ അനുസ്മരിക്കുന്നു. "സാമ്രാജ്യവാദികളെ ഞെട്ടിച്ച മൊറാഴ സംഭവം എന്നറിയപ്പെട്ട 1940 സെപ്തംബർ 15 ന് രാത്രി ആരോ വീട്ടിൽ വാതിക്കൽ വന്ന് മുട്ടിവിളിച്ച.

പിള്ളയാടി ഗോവിന്ദൻ നായരും സി.കെ പണിക്കരുമാണെന്ന് മനസ്സി ലായി. അവരുടെ കൂടെ മറ്റൊരാളുമുണ്ടായിരുന്നു. കയ്യിലൊരു കുപ്പി അരിഷ്ട്ടവുമായി വന്നിരുന്ന അപരിചിതനെ വീട്ടിൽ താമസിപ്പിക്ക ണമെന്ന് പറഞ്ഞ് ഏൽപ്പിച്ചവർ പോയി. വീട്ടിൽ താമസിക്കുന്ന വ്യ ക്തിക്ക് ചായയൊന്നും നിർബന്ധമില്ല. അല്പം ചെറുപയറും കഞ്ഞിയും മാത്രം മതി. അയാൾ ആരോട്ടും ഒന്നും സംസാരിച്ചിരുന്നില്ല. സി.കെ പണിക്കരും പിള്ളയാടി ഗോവിന്ദൻ നായരും മൊറാഴ കേസ്സിൽ പ്രതി ചേർക്കപ്പെട്ടിരുന്നതിനാൽ ഒളിവിൽ പോയി. വീട്ടിൽ താമസിച്ചിരുന്ന യാൾക്ക് പാർട്ടിയുമായുള്ള ബന്ധം അതോടെ അസാധ്യമായി.”

“ഞാൻ അന്ന് പറശ്ശിനിക്കടവ് സ്കൂളിൽ പഠിക്കുകയായിരുന്നു. കുറച്ച് ദിവസം കഴിഞ്ഞപ്പോൾ വീട്ടിൽ താമസിക്കുന്നയാൾ പറശ്ശിനി ക്കടവിലെ അച്ചുതൻമാസ്റ്ററെ അറിയുമോ എന്ന് ചോദിച്ചു. വിക്കി വിക്കിയുള്ള ആ ചോദ്യത്തിന് അറിയുമെന്ന് ഞാൻ മറുപടി പറഞ്ഞു. പിന്നീട് മനസ്സിലായി ഇ.എം.എസാണ് ഈ താമസക്കാരൻ എന്ന്. അച്ചുതൻമാസ്റ്റർക്ക് കൊടുക്കാനുള്ള കത്തും തിരികെ അച്ചുതൻമാ സ്റ്റർ തന്നയച്ച കത്തും ഞാൻ ശ്രദ്ധാപൂർവ്വം കൈമാറി. മൊറാഴ സംഭ വത്തെത്തുടർന്ന് നാട്ടിൽ പോലീസിന്റെ നരനായാട്ട് നടക്കുകയാണ്. കത്ത് കിട്ടിയ അന്ന് രാത്രിതന്നെ പാറോൽ കുഞ്ഞപ്പൻമാസ്റ്ററും ഞാനും ഇ.എം.എസിന്റെ കൂടെ പുറപ്പെട്ടു. ഇന്നത്തെ തെക്കെ ബക്കളത്ത് (അന്ന് തൊക്കിലങ്ങാടി) എത്തി. ബക്കളം വയലിൽ ഇറങ്ങുമ്പോൾ ബക്കളം പോലീസ് ക്യമ്പിൽ നിന്ന് ശക്തമായ ടോർച്ച് ലൈറ്റ് അടി ക്കുന്നു. ഞങ്ങൾ നിലത്ത് കമിഴ്ന്ന് കിടന്നു. നിരങ്ങിയും ചിലപ്പോൾ നാല് കാലിൽ ഇഴഞ്ഞും ഞങ്ങൾ തല്യവിൽ കുന്നിറങ്ങി. ആമ്മൽ വയലിൽ മുണ്ടക്കാട്ടിനടുത്ത് വയസ്സായ ഒരു സ്ത്രീ മുണ്ട് പുതച്ചിരിക്കുന്നുണ്ടായിരുന്നു. അത് അച്ചുതൻ മാസ്റ്ററുടെ അമ്മയായിരുന്നു. ഇ.എം.എസ് ഞങ്ങളോട് തിരിച്ചുപൊയ്ക്കൊള്ളാൻ പറഞ്ഞു.

പറശ്ശിനിക്കടവിലെ കോൺഗ്രസ് കമ്മിറ്റിയുടെ സ്ഥാപക സെക്രട്ട റിയായിരുന്നു അച്ചുതൻ മാസ്റ്റർ. 1939 ലെ ബക്കളം പത്താം രാഷ്ട്രീയ സമ്മേളനത്തിന്റെ വിജയത്തിനായി ഇറങ്ങി പ്രവർത്തിച്ചു. 1940 സപ്തംബർ 15 മൊറാഴ സംഭവത്തെ തുടർന്ന് ഒളിവിൽപോയി. (1948 ലെ കൽക്കത്ത പാർട്ടി കോൺഗ്രസ് പ്രതിനിധിയായിരുന്നു) 1942 ൽ നിയമവിധേയമായ കമ്മ്യൂണിസ്റ്റ് പാർട്ടിയുടെ പ്രാദേശിക സെക്രട്ടറി യായിരുന്നു.

സപ്തംബർ 15 മൊറാഴ സംഭവത്തെ മാതൃഭൂമി പത്രം റിപ്പോർട്ട് ചെയ്തത് ഇപ്രകാരമായിരുന്നു.

കല്ലേറും വെടിവെപ്പും മരണവും :

പ്രതിഷേധ ദിനാഘോഷത്തെ നിരോധിച്ചുകൊണ്ടുള്ള കല്പനയെ ലംഘിച്ചതിനെ തുടർന്നുണ്ടായ സ്ഥിതി - തലശ്ശേരിയിലും മൊറാഴയിലും വെടിവെപ്പ് - ഒരു സബ്ഇൻസ്പെക്ടറും ഹെഡ്കോൺസ്റ്റബിളും പൊതു ജനങ്ങളിൽ ചിലരും ഉൾപ്പെടെ നാല് പേർ മരിച്ച....

കണ്ണൂർ: സപ്തംബർ 15

കേരള സംസ്ഥാന കോൺഗ്രസ് കമ്മിറ്റിയുടെ നിർദ്ദേശമനുസരിച്ച് ഇന്ത്യാ സെക്രട്ടറിയുടേയും വൈസ്രോയിയുടേയും ....പ്രസ്താവനകളെ പ്രതിരോധിക്കുന്നതിന് മലബാർ കലക്ടറുടെ നിരോധാജ്ഞയെ അതി ലംഘിച്ച് ചിറക്കൽ താലൂക്കിന്റെ നാനാഭാഗങ്ങിലും പൊതുയോഗങ്ങൾ ചേർന്ന് നിർദ്ദിഷ്ട പ്രമേയം പാസ്സാക്കിയിരിക്കുന്നു. കല്ല്യാശ്ശേരിക്കടുത്ത് മൊറാഴ അംശത്തിൽവച്ച് ഇന്നലെ വൈകുന്നേരം ചേർന്ന ചിറക്കിൽ താലൂക്കിലെ കർഷകന്മാരുടെ ഒരു വിശേഷാൽ സമ്മേളനം സംബ ന്ധിച്ച് കൂടിയ വമ്പിച്ച ജനക്കൂട്ടത്തിന് നേരെ പോലീസ് റിവോൾവർ കൊണ്ട് വെടിവെച്ചതിനെ തുടർന്ന് ജനക്കൂട്ടം വളപട്ടണം പോലീസ് സബ്ഇൻസ്പെക്ടർ എം.കുട്ടിക്കൃഷ്ണ മേനോനെ കല്ലെറിഞ്ഞും അടിച്ചും മൂതപ്പെട്ടുത്തിയിരിക്കുന്നു. അദ്ദേഹത്തിന്റെ ശവശരീരം ആ അംശത്തിൽ തന്നെയാണുള്ളത്. സ്പെഷൽ ബ്രാഞ്ച് ഹെഡ്കോൺസ്റ്റബിൾ ഗോവിന്ദൻ നായർക്കും തളിപ്പറമ്പ് പോലീസ് സബ് ഇൻസ്പെക്ടർ മീരാൻ മൊയ്തീനും സബ് മജിസ്ട്രേറ്റ് ശ്രീ.എം.എൻ.വെങ്കിട്ടരാമനും കല്ലേറ് കൊണ്ട് മുറിയേറ്റിട്ടുണ്ട്. ഗോവിന്ദൻ നായരുടെ സ്ഥിതി അപായകരമാണ്. അവിടെ വെച്ച പരിക്കേറ്റ ഹെഡ്കോൺസ്റ്റബിൾ ഗോപാലൻ നമ്പ്യാർ ഇന്നലെ സ്ഥലത്തെ സിവിൽ ആശുപത്രിയിൽ വച്ച് മരിച്ചപോയിരിക്കുന്നു. രണ്ട് കോൺസ്റ്റബിൾ മാത്രം മുറിയേറ്റനില യിൽ ആശുപത്രിയിൽ ഉണ്ടത്രേ. വെടിയേറ്റ ഒരു തട്ടാനെ ഇവിടത്തെ ഒരു ആശുപത്രിയിൽ കൊണ്ടുവന്നു. ഉണ്ട ശരീരത്തിൽനിന്നും കീറിയെ ടുത്തിരിക്കുന്നു. (സ്വ.ലേ.)

സപ്തംബർ 15 സംഭവത്തെ തുടർന്ന് കേരളത്തിലെ സ്ഥിതിഗതികളെ വിലയിരുത്തുന്നതിന് അഖിലേന്ത്യാ കോൺഗ്രസ്സ് കമ്മിറ്റി കൈക്കൊണ്ട തീരുമാനം ഇപ്രകാരമായിരുന്നു.

അസോസിയേറ്റഡ് പ്രസ്സ് : ബോംബെ സപ്തംബർ 18 :

"കേരളത്തിലെ സംഭവങ്ങൾ കാരണമായുണ്ടായിട്ടുള്ള സ്ഥിതിയെ ക്കുറിച്ച് കോൺഗ്രസ്സ് പ്രവർത്തക കമ്മിറ്റി ദീർഘനേരം ആലോചന നടത്തുകയുണ്ടായി. ഈയിടെ കേരളം സന്ദർശിച്ച ഡോ: പട്ടാഭി

സീതാരാമയ്യ കേരളത്തിലെ സ്ഥിതിഗതികളെ കമ്മിറ്റി മുമ്പാകെ വിവരിച്ചു. കമ്മിറ്റിക്ക് ഇത് സംബന്ധിച്ച മുഴുവൻ വിവരങ്ങളും ലഭിച്ചി ട്ടില്ലായ്കയാൽ ഡോ: സുബ്ബരായനേയോ മി: രാമനാഥനെയോ, മി.കെ. സന്താനം എം.എൽ.എ.യോ സംഭവങ്ങളെ കുറിച്ച് അന്വേഷിക്കാൻ മലബാറിലേക്ക് അയക്കുവാൻ നിശ്ചയിച്ചു. ഇവരുടെ റിപ്പോർട്ട് ലഭി ച്ചതിനുശേഷം മാത്രമേ പ്രവർത്തക കമ്മിറ്റി ഇത് സംബന്ധിച്ച് വേണ്ട നടപടികൾ എടുക്കുകയുള്ളൂ."

മൊറാഴ സംഭവം അഖിലേന്ത്യാ തലത്തിലും കേരള രാഷ്ട്രീയത്തിലും വലിയ പ്രത്യാഘാതങ്ങൾ ഉണ്ടാക്കി. കേരള പ്രദേശ് കോൺഗ്രസ്സ് കമ്മിറ്റി നേതൃത്വത്തെ വളരെ സംശയ ദൃഷ്ടിയോടെയാണ് അഖിലേന്ത്യാ വലതുപക്ഷ കോൺഗ്രസ്സ് നേതൃത്വം വീക്ഷിച്ചിരുന്നത്. കെ.പി.സി.സി. ഗാന്ധിജിയെ ധിക്കരിക്കുന്നുവെന്ന് അവർക്ക് മൊറാഴ സംഭവത്തിന് മുമ്പേ വിമർശമുണ്ടായിരുന്നു. കെ.പി.സി.സി.സെക്രട്ടറിയായ ഇ.എം. എസ്. അച്ചടക്ക ലംഘനം നടത്തുന്നുവെന്ന് ഗാന്ധിജി തന്നെ ഹരിജൻ പത്രത്തിലൂടെ സൂചിപ്പിച്ചിരുന്നു. ഈ പശ്ചാത്തലത്തിലാണ് കെ.പി. സി.സി.ക്കെതിരെ മൊറാഴ സംഭവത്തെത്തുടർന്ന് നടപടിയെടുത്തത്.

കെ.പി.സി.സി. പിരിച്ചുവിടുന്നു. പ്രത്യേക കമ്മിറ്റിയെ നിയോഗിക്കുന്നു.

വാർദ്ധാഗഞ്ച് :
ഒക്ടോബർ 13

കേരള സംസ്ഥാന കോൺഗ്രസ് കമ്മിറ്റി കാര്യങ്ങൾ സംബന്ധിച്ച് അഖിലേന്ത്യാ കോൺഗ്രസ്സ് കമ്മിറ്റി താഴെചേർക്കുന്ന പ്രമേയം പാസ്സാക്കിയിരിക്കുന്നു.

കേരള സംസ്ഥാന കോൺഗ്രസ്സ് കമ്മിറ്റിയുടെ ചാർജ്ജ് ഏറ്റെടുക്കുന്നതിനും ഈ കമ്മിറ്റിയുടെ നിർദ്ദേശങ്ങൾ വീണ്ടും ലഭിക്കുന്നതുവരെ സംസ്ഥാനത്തിലെ പ്രവർത്തനങ്ങൾ നടത്തുന്നതിന് ശ്രീ.ആർ.കെ. എൻ.നന്ദ്കോളിയർ, ശ്രീ.സി.കെ.ഗോവിന്ദൻ നായർ എന്നിവരെ കമ്മിറ്റി നിയമിക്കുന്നു. ഈ മൂന്ന് പേരും കേരളാ പി.സി.സി.യുടെ എല്ലാ ചുമതലകളും വഹിക്കേണ്ടതാണ്. (മാതൃഭൂമി 1940 ഒക്ടോബർ 14)

സപ്ലംബർ 15 ന്റെ സംഭവവികാസങ്ങളെ ഇടർന്ന് കേരളത്തിലെ കോൺഗ്രസ്സ് കമ്മിറ്റിയെ അഖിലേന്ത്യാ നേതൃത്വം ഇടപെട്ട് പിരിച്ചുവിട്ടു.

സാർവ്വദേശീയ തലത്തിൽ തന്നെ മൊറാഴ സംഭവം ശ്രദ്ധിക്കപ്പെട്ടു. വലിയ വാർത്താപ്രാധാന്യമാണ് അതിന് ലഭിച്ചത്. ബ്രിട്ടീഷ് ഭരണത്തിൽ പൊറുതി മുട്ടിയ ഇന്ത്യയിലെ സാധാരണ ജനങ്ങൾ സായുധ സമരത്തിലൂടെ കോളനി ഭരണം അവസാനിപ്പിച്ച് സ്വാതന്ത്ര്യം നേടാൻ ഇറങ്ങിപ്പുറപ്പെട്ട ജനതയുടെ പ്രതികരണമാണ് മൊറാഴ സംഭവമെന്നും കോൺഗ്രസ്സിന്റെ ചട്ടപടി സമരരീതികളെ ബഹുജനങ്ങൾ തള്ളികളയുന്നുവെന്നും ഇന്ത്യയിലെ ബ്രിട്ടീഷ് കോളനിവാഴ്ചയുടെ അന്ത്യം അടുത്തുവെന്നും നിരീക്ഷിക്കപ്പെട്ടുകയുണ്ടായി. മൊറാഴ സംഭവത്തെ വലിയ പ്രാധാന്യത്തോടെ ജർമ്മനി, ജപ്പാൻ എന്നീ രാജ്യങ്ങളിലെ റേഡിയോ നിലയങ്ങൾ പ്രക്ഷേപണം ചെയ്യുകയുണ്ടായി.

മൊറാഴ സംഭവത്തിന പിന്നിൽ കമ്മ്യൂണിസ്റ്റ് കാരാണെന്ന് ബ്രിട്ടീഷ് ഭരണകൂടം തിരിച്ചറിഞ്ഞു. സംഭവത്തെ തുടർന്ന് പോലീസ് ഭീകരമായ നരനായാട്ടാണ് നടത്തിയത്. മൊറാഴ, കല്ല്യാശ്ശേരി, ആന്തൂർ, പാപ്പിനിശ്ശേരി, കണ്ണപുരം ഗ്രാമങ്ങളിൽ നിഷ്ഠരമായ പോലീസ് അതിക്രമങ്ങൾ അരങ്ങേറി. പുരുഷന്മാർ വീട്ട വിട്ട് ഒളിവിൽ പോയി. പോലീസിന്റെ ക്രൂര്യം സ്ത്രീകളിൽ അടക്കം പ്രയോഗിക്കപ്പെട്ടു. വലതു പക്ഷ കോൺഗ്രസ്സിന്റെ പ്രാദേശീക നേതാക്കൾ പോലീസിന്റെ ഒറ്റുകാരായി. വീട്ടുകൾ കൊള്ളയടിക്കപ്പെട്ടു. പൗരാവകാശങ്ങളും പൗരസ്വാതന്ത്ര്യവും അടിച്ചമർത്തപ്പെട്ടു. പലരും അന്യസംസ്ഥാനങ്ങ ളിലേക്ക് പാലായനം ചെയ്തു. ആറോൺമിൽ സമരനേതാവായ കെ.പി. ആർ.ഗോപാലനെ പിടിക്കാൻ സാമുവൽ ആറോണിന് വാശിയായി. ആറോൺ പോലീസിന് എല്ലാ ഒത്താശയും ചെയ്തുകൊടുത്തു. ടി.രാ ഘവൻ നമ്പ്യാർ, കെ.വി.നാരായണൻ നമ്പ്യാർ എന്നിവർ അധ്യാപക രായിരുന്ന കല്ല്യാശ്ശേരി ഗേൾസ് സ്ക്കൂൾ പോലീസ് ഭീകരതയെ തുടർന്ന് എന്നന്നേക്കുമായി അടച്ചുപൂട്ടേണ്ടിവന്നു. സംഭവത്തെതുടർന്ന് കുറച്ച കാലം മൊറാഴ സെന്റ്രൽ യു.പി.സ്ക്കൂൾ അടച്ചുപൂട്ടേണ്ടി വന്നിട്ടുണ്ട്. അഞ്ചാംപീടികയിലെ കേരളവർമ്മ സ്മാരക വായനശാല പോലീസ് തകർത്തു. കർഷകസംഘം പ്രവർത്തകർ, അധ്യാപകർ, വായനശാല പ്രവർത്തകർ തുടങ്ങിയവരെ പ്രത്യേകം തെരഞ്ഞ്പിടിച്ച് പോലീസ് ഭീകരമായി മർദ്ദിച്ചു. തൊഴിൽ ഉപകരണങ്ങൾ തച്ച് തകർത്തു. നാട് വിട്ടുപോയ പലരും പേര് മാറ്റി പറഞ്ഞ് പട്ടാളത്തിൽ ചേർന്ന്. തികച്ചും ഭീകരമായ യുദ്ധാന്തരീക്ഷമായിരുന്നു. ജനങ്ങളോട്ടുള്ള ഭരണകൂടത്തി ന്റെ യുദ്ധം. ചിറക്കൽ താലൂക്കിൽ പൊതുവെയും മൊറാഴയിലും പരി സരപ്രദേശങ്ങളിലും പ്രത്യേകിച്ചും പോലീസിന്റെയും ഗുണ്ടകളുടെയും അഴിഞ്ഞാട്ടം അരങ്ങേറി. ഈ കാലഘട്ടത്തിലെ കമ്മ്യൂണിസ്റ്റ് പാർട്ടി പ്രവർത്തനം സംബന്ധിച്ച് കടമ്പേരിയിലെ വിറകൻ കുഞ്ഞിരാമൻ ഓർക്കുന്നു. (വാ മൊഴി)

"മൊറാഴ സംഭവത്തിന് ശേഷം നാട്ടിലെങ്ങും നരനായാട്ടായിരുന്നു. പുരുഷന്മാർക്ക് സ്വന്തം വീട്ടിൽ അന്തിലുറങ്ങാൻ കഴിയാത്ത അവസ്ഥ. പലരും ഒളിവിൽ പോയി. നേതാക്കളെ ഒളിവിൽ പാർപ്പിക്കുവാൻ ഞങ്ങളിൽ പലരും ചുമതലക്കാരായി. പുതിയ ഒളിവ് സങ്കേതങ്ങൾ കണ്ടെത്തേണ്ടി വന്നു. പ്രവർത്തകർക്ക് ജാഗ്രതയും സൂക്ഷ്മതയും കൂടി. നേതാക്കളുടെ നിർദ്ദേശങ്ങൾ വന്നു. കടമ്പേരി ഒരു പുതിയ ഷെൽട്ടർ. പലരും ഇവിടെ എത്തി. പേര് ചോദിക്കാൻ പാടില്ലല്ലോ, പറയാനും. വന്നവരെ കാത്തുസൂക്ഷിക്കണം. സുരക്ഷിതമായി

തിരിച്ചേൽപ്പിക്കണം. പിന്നീട് ആനക്കാരനെ കൊന്ന കേസിലെ പ്രധാന പ്രതി അറാക്കൽ കുഞ്ഞിരാമൻ ഒരു മാസം എന്റെ വീട്ടിൽ ഒളിവിൽ കഴിഞ്ഞു. ഉണ്ണിരാജ, എ.കുഞ്ഞിക്കണ്ണൻ എന്നിവർ ചാത്തോത്ത് ജാനകിയുടെ വീട്ടിലാണ് താമസിച്ചത്. പി.വി.അസൈ നാർക്കായിരുന്ന അതിന്റെ ചുമതല. ഇ.എം.എസ്, ഇ.കെ.നായനാർ എന്നിവരും ഒളിവിൽ ഈ വഴി കടന്നുപോയിട്ടുണ്ട്. കെ.വി.മൂസാൻ കുട്ടി മാസ്റ്റർ, സി.എച്ച്.നാരായണൻ മാസ്റ്റർ, തൈക്കോൾ കുഞ്ഞിരാമൻ, പി.വി.കണ്ണൻ മാസ്റ്റർ എന്നിവർ ഇവിടെ ഒളിവിൽ കഴിഞ്ഞിട്ടുണ്ട്. മൊറാഴ കേസിലെ പിടികിട്ടാപുള്ളി കടമ്പേരിക്കാരനായ സി.കെ. പണിക്കർ ആലപ്പുഴയിലേക്ക് ഒളിവിൽ പോയി. അവിടെ ചെത്ത് തൊഴിലാളികളെയും കയർ തൊഴിലാളികളെയും സംഘടിപ്പിച്ച് യൂനിയൻ പ്രവർത്തകനായി. തട്ടാൻ രാമൻ മാഷ് വയനാട്ടിലേക്കാണ് പോയത്. പിന്നീട് തിരിച്ചവന്നിട്ടില്ല. പ്രതികളെ കിട്ടാത്തതുകൊണ്ട് ക്രൂരമായ മർദ്ദന മേൽക്കേണ്ടിവന്ന രക്ഷിതാക്കളുമുണ്ട്. കെ.വി.മൂസാൻ കുട്ടി മാസ്റ്ററുടെ വീട്ടിലെ 'ഊട്ടുറ്റ്' സാധനങ്ങളെല്ലാം തകർത്ത് കിണ റ്റിലെറിഞ്ഞു. സഹോദരിയുടെ കല്ല്യാണം കഴിഞ്ഞ നാളുകളായിരുന്ന അന്ന്. കിടക്കകളും തീയിട്ടു. നരിമടച്ചാൽ ഒളിസങ്കേതത്തിൽ പാർട്ടി യുടെ ഒരു ഓഫീസ് പ്രവർത്തിച്ചു. കല്ലച്ചിൽ സർക്കുലറുകളും രേഖകളും തയ്യാറാക്കണം. അതിന് വളണ്ടിയർമാർ സന്നദ്ധരായി. സി.കെ. പണിക്കരുടെ കോലത്തുവയലിലെ വീടും ഒരു ഷെൽട്ടറായിരുന്ന. പി.കൃഷ്ണപിള്ളയും ഇ.എം.എസും ഇവിടെ ഒളിവിലായിരുന്ന. സംഭവം നടക്കുമ്പോഴുള്ള നിർദ്ദേശങ്ങൾ ഇവിടെ നിന്നാണ് പുറപ്പെടുവിച്ചിരു ന്നത്. അഞ്ചാംപീടികയിലും ബക്കളത്തും മാങ്ങാട്ടും പോലീസ് ക്യാമ്പ്. കോലത്തുവയലിലെ വീട്ടിൽനിന്നും കല്ലച്ചും രേഖകളും കടമ്പേരിയിൽ എത്തിക്കണം. സി.കെ.പണിക്കരുടെ അമ്മ ചീരുവാണ് ആ കൃത്യം ഏറ്റെടുത്തത്. കോലത്തുവയലിൽ നിന്നും കൊയ്തെടുത്ത കറ്റകെട്ടി നകത്ത് കല്ലച്ചും രേഖകളും കെട്ടിവെച്ച് സുരക്ഷിതമായി കടമ്പേരിയിൽ എത്തിച്ചു. പോലീസ് ക്യാമ്പന് മുന്നിൽക്കൂടിയുള്ള യാത്ര"

ആറോൺ മിൽ സമരത്തിൽ പങ്കെടുത്തതിന്റെ പക പോക്കാൻ പല തൊഴിലാളികളെയും മൊറാഴ കേസിൽ കുടുക്കാനും പോലീസിനെ ഉപയോഗിച്ച് ക്രൂരമായി മർദ്ദിക്കാനും സാമുവൽ ആറോൺ മുന്നിട്ടിറ ങ്ങിയത് ഇതിന് മുമ്പ് സൂചിപ്പിച്ചിട്ടുണ്ട്. കെ.പി.ആറിനെ പറ്റി വിവരം നൽകുന്നവർക്ക് 500 രൂപ പാരിതോഷികം നൽകുന്നതാണെന്നുള്ള പോസ്റ്ററുകൾ വ്യാപകമായി പ്രചരിപ്പിക്കപ്പെട്ടു. എ.വി.കുഞ്ഞമ്പു, സുബ്രഹ്മണ്യ ഷേണായി, സി.കെ.പണിക്കർ, പോല കുമാരൻ എന്നീ പ്രതികളെ അവസാനം വരെ പിടിക്കുടാൻ കഴിഞ്ഞിരുന്നില്ല.

മൊറാഴ സംഭവത്തെ തുടർന്ന് ഒളിവിൽ കഴിഞ്ഞിരുന്ന എ.വി. കുഞ്ഞമ്പുവിനെ കാന്തലിൽവച്ച് പാമ്പുകടിച്ചു. ബക്കളത്തിന് പടിഞ്ഞാറ് ഞാത്തിൽ തെക്കണ്ടി മാതൃഅമ്മയുടെ വീട്ടിൽ എത്തിച്ച് രഹസ്യമായി ചികിത്സതുടങ്ങി. നാട്ടുമുഴുവൻ പോലീസും ഒറ്റുകാരും കമ്മ്യൂണിസ്റ്റ് വേട്ടയുടെ പേരിൽ അരിച്ച് പെറുക്കുകയാണ്. എ.വി.യുടെ ആരോഗ്യനില അത്യന്തം വഷളാവുകയാണ്. മൊറാഴയിലെ പ്രസിദ്ധ വിഷവൈദ്യനും കർഷകസംഘം പ്രവർത്തകനും കൃഷ്ണപിള്ളയുമായി അടുത്ത് ബന്ധം പുലർത്തിയിരുന്ന മൈക്കീൽ കുഞ്ഞിക്കണ്ണൻ വൈദ്യർ വളരെ രഹസ്യ മായി എ.വി.യെ ചികിത്സിച്ചു. എ.വി.യുടെ ജീവൻ രക്ഷിക്കാൻ പ്രയാസ മാണെന്ന ഘട്ടത്തിലെത്തി. എ.വി.മരിച്ചപോയാൽ സ്ഥിതിഗതികൾ എങ്ങിനെ കൈകാര്യം ചെയ്യും. കമ്മ്യൂണിസ്റ്റ് കാരെ അതും മൊറാഴ കേസിലെ പ്രതിയെ ഒളിവിൽ പാർപ്പിച്ചതിന് വീട്ടുകാരേയും നാട്ടുകാ രേയും പോലീസും ഭരണാധികാരികളും വെറുതെ വിട്ടുമോ? എങ്ങിനെ ഇത് കൈകാര്യം ചെയ്യും. പാർട്ടി നേതൃത്വത്തെ അറിയിക്കുകതന്നെ. കൃഷ്ണപിള്ള, ഇ.എം.എസ്. തുടങ്ങിയ നേതാക്കൾ പരിസര പ്രദേശത്ത് തന്നെ ഒളിവിൽ താമസിക്കുന്നുണ്ടെന്ന് സൂചിപ്പിച്ചല്ലോ. അവരുമായി ബന്ധപ്പെട്ടു. എ.വി.യുടെ ശവസംസ്ക്കാരം എങ്ങിനെയായിരിക്കണ മെന്ന് തീരുമാനമായി.

കർഷക കുടുംബമായിരുന്ന മാതൃഅമ്മയുടെ വീട്ടുമുറ്റത്തിന് ചേർന്ന വലിയ കളത്തിൽ രാത്രിയിൽ കുഴിയെടുക്കുക. രഹസ്യമായി എ.വി. യെ.ആ കുഴിയിൽ മറവ് ചെയ്യുക. രാത്രി തന്നെ കളം മുഴുവൻ കിളച്ചിടുക. കൊയ്ത് കാലമാണ്. നാട്ടുകാരുടെ കൂട്ടായ്മയിൽ പകൽ കളം നിരത്തി അടിച്ചുറപ്പിച്ച് ചാണകം മെഴുകി കൊയ്ത്തിനുള്ള മുന്നൊരുക്കമാണെന്ന് ബോധ്യപ്പെടുത്തുക. ആർക്കും യാതൊരു സംശയത്തിനും ഇടനൽകാ തിരിക്കുക. കൊയ്ത്തും മെതിയും നടക്കട്ടെ.

എ.വി.യുടെ ജീവൻ രക്ഷിക്കാൻ കഴിഞ്ഞു. ഒളിവിൽ കഴിഞ്ഞ എ.വി. നിരവധി സമരങ്ങൾക്ക് നേതൃത്വം നൽകി. 1942 -ൽ പാർട്ടി നിർദ്ദേ ശാനുസരണം തിരുവിതാംകൂറിലേക്ക് പോയി. അവിടെ പാർട്ടിയും വർഗ്ഗബഹുജനസംഘടനകളും കെട്ടിപടുക്കുന്നതിൽ നേതൃത്വം നൽകി.

ദേശീയ പ്രസ്ഥാന ചരിത്രത്തിൽ മൊറാഴ സംഭവം വേറിട്ടൊരദ്ധ്യാ യമാണ്. കെ.പി.ആർ.ഗോപാലനെ ഒന്നാം പ്രതിയാക്കിക്കൊണ്ട് 38 പേരെ പ്രതിചേർത്ത് തലശ്ശേരി സെഷൻസ് കോടതിയിൽ കേസ് രജിസ്റ്റർ ചെയ്യപ്പെട്ടു. പ്രതിപട്ടികയിലുള്ളവരുടെ ചില വിവരങ്ങൾ

1) കെ.പി.ആർ.ഗോപാലൻ - കല്ല്യാശ്ശേരിയിൽ പ്രമുഖമായ നായർ തറവാട്ടിൽ ജനനം. കള്ള്ഷാപ്പ് പിക്കറ്റിങ്ങിലൂടെ

ദേശീയപ്രസ്ഥാനത്തിൽ സജീവമായി. നിസ്വ ജനവിഭാഗത്തിന്റെ മോചനത്തിനായി സ്വ ജീവിതം സമർപ്പിച്ചു. കർഷക സംഘത്തിന്റെയും തൊഴിലാളി സംഘടനകളുടെയും നേതൃനിരയിൽ പ്രവർത്തിച്ചു. കല്ല്യാ ശ്ശേരിയിൽ യുവജന സംഘം യൂനിറ്റ് രൂപീകരിച്ച് പ്രവർത്തനത്തിന് നേതൃത്വം നൽകി. വളരെക്കാലം ഒളിവിലും ജയിലിലും കഴിയേണ്ടിവന്നു. കെ.പി.ആർ.പാറപ്രം സമ്മേളനത്തിൽ പങ്കെടുത്തിരുന്നു. 1948 ലെ രണ്ടാം പാർട്ടി കോൺഗ്രസ്സിൽ കെ.പി.ആർ കൺട്രോൾ കമ്മീഷൻ അംഗമായിരുന്നു. എ.കെ.ജി.യുടെ നേതൃത്വത്തിൽ കണ്ണൂരിൽ നിന്നും മദ്രാസിലേക്കുപോയ പട്ടിണിജാഥയിൽ അംഗമായിരുന്നു. കെ.പി. സി.സി. യുദ്ധവിരുദ്ധ പ്രചാരണം സംഘടിപ്പിക്കാൻ തീരുമാനിച്ചപ്പോൾ അതിന്റെ സെക്രട്ടറിയായി പ്രവർത്തിച്ചു. ഇതിന്റെ ഭാഗമായാണ് യുദ്ധ വിരുദ്ധ മർദ്ദന പ്രതിഷേധ യോഗങ്ങൾ അരങ്ങേറിയതും മൊറാഴ സംഭവം നടക്കുന്നതും അതിൽ ഒന്നാം പ്രതിയാക്കപ്പെടുന്നതും വധശി ക്ഷയ്ക്ക് വിധിക്കപ്പെടുന്നതും.

1942 ഡിസംബറിൽ വധശിക്ഷയ്ക്ക് വിധിക്കപ്പെട്ട കെ.പി.ആർ ഗോപാലനെകുറിച്ച് പി.കൃഷ്ണപിള്ള എഴുതിയ ലേഖനത്തിലെ ചിലഭാ ഗങ്ങൾ ഇപ്രകാരമാണ്. 'ചിറക്കൽ താലൂക്കിലെ ജന്മിമാരുടെ തട്ടിപ്പ റിക്ക് എതിരായി കൃഷിക്കാരുടെ അവകാശങ്ങൾക്കുവേണ്ടി പോരാടി ക്കൊണ്ടും കൃഷിക്കാരുടെ നിവേദനങ്ങളും ജാഥകളും നയിച്ചുകൊണ്ടും ജന്മികൾ കൃഷിക്കാർക്കെതിരായി കൊണ്ടുചെല്ലുന്ന കള്ളക്കേസുകളിൽ കൃഷിക്കാരുടെ ഭാഗത്തുനിന്ന് പൊരുതിക്കൊണ്ടും എല്ലായ്പ്പോഴും ഏതൊരും സംരഭത്തിന്റെ മുമ്പിലും അദ്ദേഹത്തെ കാണാം... മനസ്സിന് യാതൊരു അലട്ടോ വെറിയോ ഇല്ലാതെ അദ്ദേഹം ചിരിച്ചുകൊണ്ടും സംസാരിച്ചുകൊണ്ടും നടക്കുന്നതായി തോന്നും. കാണുന്നവർക്ക് അദ്ദേഹത്തെ യാതൊന്നും ശല്യപ്പെടുത്തുന്നില്ലെന്നാണ് തോന്നുക. ഏറ്റവും ഭയങ്കരമായ ഒരു വർത്തമാനമോ ഏറ്റവും അടിയന്തരമായ ഒരു കാര്യമോ അദ്ദേഹത്തിന്റെ നെറ്റി ചുളിപ്പിക്കില്ല. അദ്ദേഹത്തെ ബോജാ റാക്കില്ല. ഈമാതിരി വർത്തമാനങ്ങൾ അദ്ദേഹത്തെ ധരിപ്പിക്കാൻ വരുന്നവർ അദ്ദേഹത്തിന്റെ വർത്തമാനം കണ്ടാൽ ബേജാറാവും. സമ്മേളനങ്ങളിൽ അദ്ദേഹത്തെ കണ്ടകഴിഞ്ഞാൽ ഭ്രമിയിലുള്ള യാതൊന്നുകൊണ്ടും അദ്ദേഹം കുലുങ്ങുന്നില്ലെന്ന് തോന്നിപ്പോകും....'

...കേരളത്തിലെ വിപ്ലവകാരികൾ രാഷ്ട്രീയ വളർച്ചയുടെ പലഘട്ടങ്ങ ളിൽ - സിവിൽ നിയമലംഘന പ്രസ്ഥാനം സോഷ്യലിസ്റ്റ് പാർട്ടി, കമ്മ്യൂ ണിസ്റ്റ് പാർട്ടി- കൂടിയാണ് വളർന്നിട്ടുള്ളത്. സഖാവ് കെ.പി.ആറും ഈ ഓരോ ഘട്ടവും കടന്നുപോയിട്ടുണ്ട്. ഈ ഓരോ ഘട്ടത്തിലും പിന്നോക്കം

തിരിയാതെ പിന്നോക്കം തിരിഞ്ഞുനോക്കാതെയാണ് അദ്ദേഹം മുന്നോട്ട് കുതിച്ചിട്ടുള്ളത്. അദ്ദേഹം എന്നും ഭാവിയുടെ ആളാണ്...

.... 'കമ്മ്യൂണിസ്റ്റുകാരായ നമ്മൾക്ക് എന്തുതന്നെ ആദർശം ഉണ്ടെങ്കിലും നമ്മളിന്ന് ജീവിക്കുന്നത് മുതലാളിത്ത സമുദായത്തിലാണ് അതിന്റെ ചുറ്റപാടിലാണ്. ഇതിൽ നിന്നും നമുക്ക് രക്ഷപ്പെടാൻ സാധ്യമല്ല. പണത്തിനുള്ള ദുര ഈ പരിതസ്ഥിതിയിൽ നിന്ന് നമുക്ക് കിട്ടുന്ന ഒരു സ്വഭാവ ദൃശ്യമാണ്. ഇത് നമ്മുടെ പ്രവർത്തന രീതി തന്നെ എന്നന്നേക്ക മായി നശിപ്പിക്കുന്നു. അധികാര ഭ്രമം-ഇതിൽ നിന്ന് രക്ഷ കിട്ടാനാണ് അധികം ഞെരുക്കം. പക്ഷെ പണത്തിനുള്ള ദുരയും അധികാര ഭ്രമവും തമ്മിൽ യാതൊരു വ്യത്യാസവുമില്ല രണ്ടും ഒരേ പരിതസ്ഥിതിയിൽ - ഇന്നത്തെ സമ്പ്രദായത്തിൽ - നിന്നും ഉളവായ ദൃശ്യങ്ങളാണ്. കെ.പി. ആറിനെ സംബന്ധിച്ചിടത്തോളം ഏറ്റവും പ്രസ്താവ്യമായ ഒരു സംഗതി ഈ ദൃശ്യങ്ങളുടെ ഒരു കണിക പോലും അദ്ദേഹത്തിൽ കാണുന്നില്ലെ ന്നതത്രെ...'

'.... ചിറക്കൽ താലൂക്കിന്റെ മാത്രമല്ല കേരളത്തിന്റെ ഒട്ടാകെ തന്നെ വിപ്ലവപ്രസ്ഥാനത്തിന്റെ നേതാക്കൻമാരിൽ ഒരാളായി അദ്ദേഹം...'

'.... ഈ കേസിൽ ആരുടെയെങ്കിലും ജീവനെടുക്കണമെന്ന് ഗവൺ മെന്റ് തീർച്ചപ്പെടുത്തുന്ന പക്ഷം അത് കെ.പി.ആറിന്റേത് ആയിരിക്ക ണമെന്നതിൽ സംശയമില്ല. ആർക്കെങ്കിലും തന്റെ വീരമൃത്യുകൊണ്ട് എണ്ണമറ്റ യുവഹൃദയങ്ങളെ സാമ്രാജ്യത്വ സർക്കാരിന് നേരെ ഇളക്കിവി ടാൻ കഴിയുമെങ്കിൽ അത് കെ.പി.ആറാണ്... സാമ്രാജ്യത്വം വധിക്കാൻ ആഗ്രഹിക്കുന്ന കെ.പി.ആറിന്റെ സ്ഥാനത്ത് ലക്ഷക്കണക്കിനുള്ള യുവജനങ്ങൾ സാമ്രാജ്യത്വ മർദ്ദനത്തിനെതിരായി ഉയർന്നവരും...'

2) ടി.രാഘവൻ നമ്പ്യാർ - കെ.കേളപ്പന്റെ നേതൃത്വത്തിൽ പയ്യ ന്നൂരിലേക്ക് പോയ ഉപ്പ് സത്യാഗ്രഹ ജാഥയുടെ മാനേജരായിരുന്ന കല്ല്യാശ്ശേരി സ്വദേശി കോൺഗ്രസ്സിലെ ഇടതുപക്ഷത്തോടൊപ്പം അടി യുറച്ച് നിന്ന അധ്യാപകനായിരുന്ന. മൊറാഴ സംഭവ കേസ്സിൽ നാലാം പ്രതി ചേർക്കപ്പെട്ടു. ജീവപര്യന്തം തടവു ശിക്ഷയ്ക്ക് വിധിക്കപ്പെട്ടു. 1946 ൽ പ്രകാശം മന്ത്രിസഭ അധികാരം ഏറ്റതിനെ തുടർന്ന് വിട്ടയക്കപ്പെട്ടു.

3) വി.പി.നാരായണൻ - കർഷകസംഘത്തിന്റെയും അധ്യാപക പ്രസ്ഥാനത്തിന്റെയും നേതാവ്. എളയാവൂർ സ്വദേശി. പിന്നീട് അദ്ദേഹം കമ്മ്യൂണിസ്റ്റ് പാർട്ടിയുടെ കണ്ണൂർ ടൗൺ സെക്രട്ടറിയായി പ്രവർത്തി ച്ചിട്ടുണ്ട്. ജീവപര്യന്തം തടവ് ശിക്ഷയ്ക്ക് വിധിച്ചു. 1946 ൽ മറ്റുള്ളവരോ ടൊപ്പം വിട്ടയ്ക്കപ്പെട്ടു. ആദ്യം കീച്ചേരിയിൽ തീരുമാനിച്ച യോഗത്തിൽ

അദ്ധ്യക്ഷത വഹിക്കാൻ വി.പി.യുടെ സഹോദരി ദേവകി അമ്മയെയാ യിരുന്നു നിശ്ചയിച്ചിരുന്നത്.

4) എം.ഇബ്രാഹിം - മൊറാഴ സംഭവം നടക്കുമ്പോൾ അഞ്ചാംപീ ടികയിൽ ചായക്കട നടത്തിവന്നിരുന്ന ഒരു കമ്മ്യൂണിസ്റ്റ് അനുഭാവി. ഇദ്ദേഹത്തിന്റെ ചായക്കടക്കടുത്താണ് സമ്മേളനം നടന്നത്. സംഭവ ത്തെയുടർന്ന് കേസിൽ പ്രതിയാക്കപ്പെട്ടു. ജീവപര്യന്തം തടവുശിക്ഷ 1946 ൽ വിട്ടയച്ചു.

5) വി.എം.വിഷ്ണുഭാരതീയൻ - പേര് വിഷ്ണു നമ്പീശൻ. കണ്ണൂർ ജില്ലയിൽ നണിയൂരിൽ ജനനം. മലബാറിലെ കർഷക പ്രസ്ഥാനത്തിന്റെ സ്ഥാപകരിൽ പ്രമുഖൻ. 1921 ലെ ഖിലാഫത്ത് പ്രസ്ഥാനത്തിലൂടെ ദേശീയ പ്രസ്ഥാനത്തിലേക്ക് എത്തിച്ചേർന്നു. ഉപ്പ് സത്യാഗ്രഹത്തിലും അയിത്തോച്ചാടന പ്രവർത്തനങ്ങളിലും സജീവമായിരുന്നു. ഒരു കേസ് വിചാരണവേളയിൽ പേരെടുത്ത് ചോദിച്ച മജിസ്ട്രേറ്റിനോട് "എന്റെ പേര് ഭാരതീയൻ "എന്ന് മറുപടി പറഞ്ഞു. "നമ്മളെല്ലാം ഭാരതീയര ല്ലേ" എന്ന് പറഞ്ഞ മജിസ്ട്രേറ്റിനോട് "അല്ല ഞാനാണ് ഭാരതീയൻ" നിങ്ങൾ ബ്രിട്ടീഷുകാരുടെ ഏജന്റ് ആണെന്ന് മറുപടി പറഞ്ഞു. അങ്ങി നെയാണ് വിഷ്ണുഭാരതീയൻ എന്ന് പേര് വന്നത്. 1935 ൽ നണിയൂരിലെ ഭാരതീയന്റെ ഭവനത്തിൽവെച്ചാണ് കർഷക സംഘത്തിന്റെ ആദ്യഘ ടകം രൂപീകൃതമാകുന്നത്. കമ്മ്യൂണിസ്റ്റ് പാർട്ടി രൂപീകരണത്തോടെ പാർട്ടിഅംഗമായ അദ്ദേഹത്തിന്റെ വീട്ടിൽവെച്ച ഒമ്പത് ദിവസം നീണ്ടുനിന്ന രഹസ്യ പാർട്ടിക്ലാസ് നടന്നിരുന്നു. ആറോൺമിൽ സമര ത്തിന് നേതൃത്വം നൽകിയ ഭാരതിയൻ മൊറാഴ സമ്മേളനത്തിന്റെ അദ്ധ്യക്ഷനായിരുന്നു. കേസിൽ വെറുതെ വിട്ടു. 19 മാസം വിചാരണ തടവുകാരനായും 3 വർഷം വീട്ടുതടങ്കലിലും കഴിയേണ്ടി വന്നു.

6) പി.ഗോപാലൻ നമ്പ്യാർ - തളിപ്പറമ്പ് കീഴാറ്റൂർ സ്വദേശിയായ ഗോപാലൻ നമ്പ്യർ കർഷക സംഘത്തിന്റെയും കമ്മ്യൂണിസ്റ്റ് പാർട്ടിയു ടെയും പ്രവർത്തകനായിരുന്നു. മൊറാഴ കേസിൽ പ്രതിചേർക്കപ്പെട്ടു. കോടതി വെറുതെ വിട്ടു.

7) ടി.വി.ചാത്തുക്കുട്ടി നമ്പ്യാർ - കല്ല്യാശ്ശേരി സ്വദേശിയാണ്. കമ്മ്യ ണിസ്റ്റ് അനുഭാവി ആയിരുന്നു. അപ്പീലിൽ ഹൈക്കോടതി വെറുതെ വിട്ടു. പിന്നീട് 3 വർഷത്തേക്ക് തടവിൽ കഴിയേണ്ടിവന്നു.

8) ഇ.നാരായണൻ നായനാർ - കല്ല്യാശ്ശേരിയിലെ ഏറമ്പാല തറവാട്ടിൽ ജനിച്ചു. ഇ.കെ.നായനാരുടെ ജ്യേഷ്ഠസഹോദരനാണ്. ഇടതുപക്ഷ അനുഭാവിയായിരുന്നു. തെരഞ്ഞെടുപ്പിൽ നാരായണൻ

നായനാർ സാമുവൽ ആരോണിനെതിരെ മത്സരിച്ചിരുന്നു. പിന്മാറാൻ ആറോൺ ആവശ്യപ്പെട്ടെങ്കിലും അനുസരിച്ചില്ല. മൊറാഴ സംഭവത്തിൽ പങ്കെടുത്തിരുന്നില്ല. ആറോന്റെ നിർദ്ദേശാനുസരണം കേസ്സിൽ പ്രതി ചേർക്കപ്പെട്ടതാവാം. സെഷൻസ് കോടതി ശിക്ഷിച്ചു. ഹൈക്കോടതി വെറുതെ വിട്ടു.

9) കെ.വി.നാരായണൻ നമ്പ്യാർ : മൊറാഴ സംഭവം നടന്ന അഞ്ചാം പീടിക സ്വദേശിയാണ്. 1931 ൽ ഉപ്പ് സത്യാഗ്രഹത്തെ ഇടർന്നാണ് സ്വാതന്ത്ര്യ സമരത്തിലേക്ക് ആകൃഷ്ടനായത്. അധ്യാപകനായിരുന്നു. ചിറക്കൽ താലൂക്ക് എലിമെന്ററി ടീച്ചേഴ്സ് യൂനിയൻ സ്ഥാപിക്കുന്ന തിൽ നേതൃത്വപരമായ പങ്കുവഹിച്ചു. 1936 ൽ ആദ്യത്തെ ചിറക്കൽ താലൂക്ക് കർഷക സമ്മേളന സംഘാടകരിൽ പ്രധാനിയായിരുന്നു. ബക്കളത്ത് ചേർന്ന ചിറക്കൽ താലൂക്ക് വായനശാല സമ്മേളനത്തിൽ വായനശാലാ സംഘത്തിന്റെ സിക്രട്ടറിയായി തെരഞ്ഞെടുക്കപ്പെട്ടിട്ടു ണ്ട്. മൊറാഴ കേസിൽ പ്രതിചേർക്കപ്പെട്ട കെ.വി.ക്ക് ഭീകര മർദ്ദനം അനുഭവിക്കേണ്ടിവന്നു. കോടതി കുറ്റക്കാരനല്ലെന്ന് കണ്ട് വെറുതെ വിട്ടയച്ചു. നല്ലൊരു സഹകാരിക്കൂടിയായിരുന്നു. കെ.വി.മൊറാഴ കല്യാ ശ്ശേരി ബേങ്കിന്റെ രൂപീകരണത്തിൽ നേതൃത്വപരമായ പങ്കുവഹിച്ചു. അടിയന്തരാവസ്ഥ കാലത്ത് സി.പി.ഐ. (എം) ന്റെ അവിഭക്ത കണ്ണൂർ ജില്ലാ കമ്മിറ്റി സെക്രട്ടറിയായും കെ.വി.നാരായണൻ നമ്പ്യാർ പ്രവർ ത്തിച്ചിട്ടുണ്ട്.

10) ടി.നാരായണൻ നമ്പ്യാർ - കല്യാശ്ശേരിയിലെ തീണ്ടകര തറവാ ട്ടിൽ ജനിച്ചു. കല്യാശ്ശേരി സെൻട്രൽ സ്കൂൾ അധ്യാപകനായിരുന്നു. മൊറാഴകേസിൽ പ്രതിചേർക്കപ്പെട്ടു. ഭീകരമർദ്ദനം ഏൽക്കേണ്ടിവന്നു. തലശ്ശേരി സെഷൻസ് കോടതി കുറ്റക്കാരനല്ലെന്ന് കണ്ട് വെറുതെ വിട്ടു. വീണ്ടും മൂന്ന് വർഷത്തേക്ക് ജയിലിൽ അടക്കപ്പെട്ടു. ഭീകരമർദ്ദനം ഇടർ ന്നുള്ള അനാരോഗ്യം കാരണം അകാലചരമം പ്രാപിച്ചു.

11) അറാക്കൽ കുഞ്ഞിരാമൻ - അറാക്കൽ കയരളം സ്വദേശി യാണ്. ചിറക്കൽ താലൂക്ക് വളണ്ടിയർ ക്യാപ്റ്റൻ ആയിരുന്നു. മൊറാഴ സമരത്തിലെ പ്രധാന പോരളിയായിരുന്നു. മൊറാഴ സംഭവത്തിൽ പോലീസിന്റെ മർദ്ദനത്തിൽ മാരകമായി പരിക്കേറ്റിരുന്നു. കാവുമ്പായി, കണ്ടങ്കൈ സമരങ്ങളിലും അറാക്കൽ മുന്നണി പോരാളിയായിരുന്നു. കരക്കാട്ടിടം ജന്മിയുടെ ആനക്കാരൻ കൊലക്കേസിലും അറാക്കൽ പ്രതിചേർക്കപ്പെട്ടു. മൊറാഴക്കേസിൽ ജീവപര്യന്തം തടവിന് ശിക്ഷിക്ക പ്പെട്ടു. 1957 ൽ കമ്മ്യൂണിസ്റ്റ് മന്ത്രിസഭ അധികാരത്തിൽ വന്നപ്പോഴാണ് ജയിൽ മോചിതനായത്.

12) പി.ഗോവിന്ദൻ നായർ - കടമ്പേരി സ്വദേശിയായിരുന്നു. 1939 ലെ കടമ്പേരി കോൺഗ്രസ്സ് കമ്മറ്റിയുടെ സെക്രട്ടറിയായിരുന്നു. കർഷ കസംഘത്തിന്റെയും അധ്യാപകയൂണിയന്റെയും സജീവപ്രവർത്തകനാ യിരുന്നു. കൊട്ടാരം യു.പി. സ്ക്കൂളിൽ അധ്യാപന വൃത്തിയിൽ ഏർപ്പെട്ടു. മൊറാഴ കേസിൽ ജീവപര്യന്തം തടവിന് ശിക്ഷിക്കപ്പെട്ടു.

13) മച്ചാത്തി കുഞ്ഞിക്കണ്ണൻ - ക്ലവേരി സ്വദേശിയാണ്. ക്ലവേരിയില്ലും പരിസരപ്രദേശത്തില്ലും കർഷകസംഘവും കമ്മ്യൂണിസ്റ്റ് പാർട്ടിയും കെട്ടി പ്പടുക്കുന്നതിൽ വിലപ്പെട്ട പ്രവർത്തനം സംഘടിപ്പിച്ച നേതാവാണ് മച്ചാത്തി കുഞ്ഞിക്കണ്ണൻ. ജന്മിത്തത്തിനെതിരായ പോരാട്ടത്തിൽ സജീവമായി പങ്കുവഹിച്ചു. മൊറാഴ കേസിൽ പ്രതിയായി. തലശ്ശേരി കോടതി വെറുതെവിട്ടെങ്കിലും 3 വർഷം കരുതൽ തടവിൽ കഴിയേണ്ടി വന്നു.

14) സി.എച്ച്.ക്യഷ്ണൻ ഗുരുക്കൾ - കല്ല്യാശ്ശേരിയിലെ ഒരു കർഷക കുടുംബാംഗം.ഇടതുപക്ഷ കോൺഗ്രസ്സിന്റെ പ്രവർത്തകനായിരുന്നു. മൊറാഴ കേസിൽ പ്രതിചേർക്കപ്പെട്ടു. സെഷൻസ് കോടതി വെറുതെ വിട്ടെങ്കിലും 3 വർഷം കരുതൽ തടങ്കലിൽ കഴിയേണ്ടിവന്നു.

15) മുയ്യത്ത് മമ്മത് - കുറുമാത്തൂർ പഞ്ചായത്തിലെ മുയ്യം സ്വദേശി. ജന്മിമാർക്കെതിരായ സമരങ്ങളിൽ സജീവമായി പങ്കെടുത്ത കർഷ കസംഘം പ്രവർത്തകൻ, മൊറാഴ കേസിൽ പ്രതിചേർക്കപ്പെട്ടു. സെഷൻസ് കോടതി വെറുതെ വിട്ടെങ്കിലും മൂന്ന് വർഷത്തേക്ക് വീണ്ടും തടവിൽ കഴിയേണ്ടിവന്നു.

16) പി.വി.അച്ചുതൻ നമ്പ്യാർ - 1909 ൽ കല്ല്യാശ്ശേരിയിൽ ജനിച്ചു. ചെറുപ്പത്തിൽതന്നെ തളിപ്പറമ്പിലേക്ക് താമസംമാറ്റി. പയ്യന്നൂരിൽ നടന്ന ഉപ്പ് സത്യാഗ്രഹത്തില്ലും വിദേശ വസ്തുഷാപ്പ് പിക്കറ്റിങ്ങില്ലും പങ്കെടുത്തു. ചിറക്കൽ താല്ലൂക്കിൽ കോൺഗ്രസ്സ് സംഘടന കെട്ടിപ്പ ടുക്കുന്നതിൽ സജീവമായി മുഴുകി. കെ.പി.സി.സി. മെമ്പർ, ചിറക്കൽ താല്ലൂക്ക് കോൺഗ്രസ്സ് സിക്രട്ടറി എന്നീനിലകളിൽ പ്രവൃത്തിച്ചു. ചിറക്കൽ താല്ലൂക്ക് വായനശാലാപ്രസ്ഥാനം, കർഷകസംഘം എന്നീ മേഖലകളിൽ കാര്യമായ സംഭാവനകളർപ്പിച്ചു. മൊറാഴ കേസ്സിൽ ജീവ പര്യന്തം തടവിന് ശിക്ഷിക്കപ്പെട്ടു. 1946 ൽ ജയിൽ മോചിതനായി. 1948 ലെ കമ്മ്യൂണിസ്റ്റ് പാർട്ടിയുടെ കൽക്കത്ത കോൺഗ്രസ്സിൽ പ്രതിനിധി യായിരുന്ന നമ്പ്യാർ അറസ്റ്റ് ചെയ്യപ്പെട്ടു. 1950 ൽ ജയിൽ വിമുക്തനായി. പിന്നീട് കോൺഗ്രസിൽ ചേർന്നു.

17) ടി.ദാമോദരൻ നമ്പ്യാർ - കല്ല്യാശ്ശേരി പഞ്ചായത്തിന്റെ ആദ്യ പ്ര സിഡണ്ടായിരുന്നു.മൊറാഴ കേസിലെ 15-ാം പ്രതിയായ നാരായണൻ

നമ്പ്യാരുടെ സഹോദരനാണ്. അഞ്ചാംപീടിക സ്വദേശിയാണ്. കമ്മ്യൂണിസ്റ്റ് പാർട്ടിയുടെ മാടായി ഫർക്കാ കമ്മിറ്റി സെക്രട്ടറിയായി പ്രവർത്തിച്ചിട്ടുണ്ട്. അഞ്ചാംപീടിക കെ.വി.എം. വായനശാലയുടെ സജീവപ്രവർത്തകനായിരുന്നു. കോടതി കുറ്റക്കാരനല്ലെന്ന് കണ്ട് വെറുതെ വിട്ടെങ്കിലും വീണ്ടും ജയിലിൽ അടക്കപ്പെട്ടു. പിന്നീട് ജയിൽ മോചിതനായ ദാമോദരൻ നമ്പ്യാർ മധ്യപ്രദേശിലേക്ക് പോയി.

18) സി.എച്ച്.ചാത്തുക്കുട്ടി നമ്പ്യാർ - കല്ല്യാശ്ശേരി സ്വദേശിയായിരുന്ന ചാത്തുക്കുട്ടി നമ്പ്യാർ അധ്യാപകനും വായനശാലാ പ്രവർത്തകനുമാ യിരുന്നു. അധ്യാപകസംഘടനാ പ്രവർത്തകൻ, സജീവ കോൺഗ്രസ്സ് പ്രവർത്തകൻ എന്നിനിലയിൽ അറിയപ്പെട്ടു. സെഷൻസ്കോടതി വെറുതെ വിട്ടു. കരുതൽ തടങ്കലിൽ അറസ്റ്റ്ചെയ്യപ്പെട്ടു ജയിലിൽ അടച്ചു.

19) എം.ഗോവിന്ദൻ നമ്പ്യാർ - അഞ്ചാംപീടികയിലെ മാണിക്കോത്ത് കുടുംബാംഗമാണ്. അധ്യാപകനായിരുന്നു. കെ.വി.എം. വായനശാലാ പ്രവർത്തകനായിരുന്നു. ഗവ: സ്കൂൾ അധ്യാപകരെ സംഘടിപ്പിക്കുന്ന തിൽ മുന്നിട്ടറങ്ങി പ്രവൃത്തിച്ചു. സെഷൻസ് കോടതി വെറുതെവിട്ടെങ്കിലും പിന്നീട് അറസ്റ്റ് ചെയ്യപ്പെട്ട് ജയിലിലടച്ചു.

20)പി.ബാലകൃഷ്ണൻ നായർ - 11-ാം പ്രതി പി.ഗോവിന്ദൻ നായരുടെ സഹോദരനാണ്. കടമ്പേരി സ്വദേശിയാണ് പി. ബാലകൃഷണൻ നായർ, കർഷകസംഘത്തിന്റെയും കമ്മ്യൂണിസ്റ്റ് പാർട്ടിയുടെയും സജീവ പ്രവർത്തകനായിരുന്നു. പാർട്ടിയുടെ തളിപ്പറമ്പ് ഫർക്കാ കമ്മിറ്റി അംഗ മായിട്ടുണ്ട്. സെഷൻസ് കോടതി വെറുതെ വിട്ടു. കരുതൽ തടങ്കലിൽ വീണ്ടും അറസ്റ്റ് ചെയ്തു ജയിലിൽ അടച്ചു.

21) എലിയൻ കുഞ്ഞപ്പ - കല്യാശ്ശേരി സ്വദേശി എലിയൻ കുഞ്ഞപ്പ ആറോൺമിൽ തൊഴിലാളിയായിരുന്നു. തൊഴിലാളി യൂണിയന്റെ സജീവ പ്രവർത്തകനായി മാറി. അതുകൊണ്ട തന്നെ സാമുവൽ ആറോന്റെ കടുത്ത ശത്രുതയ്ക്ക് പാത്രമായി. ആറോൺമിൽ തൊഴിലാളി സമരപ്രവർത്തകരെ മൊറാഴ കേസിൽ പെടുത്താൻ ആറോൺ ഇടപെട്ടിരുന്നു. അങ്ങനെയാവാം മൊറാഴ കേസിൽ ഇദ്ദേഹം പ്രതി ചേർക്കപ്പെട്ടത്. കോടതി വെറുതെവിട്ടെങ്കിലും പിന്നീട് അറസ്റ്റ് ചെയ്തു. ജയിലിൽ അടച്ചു.

22) വി.അബ്ബബക്കർ - കീച്ചേരി സ്വദേശിയായ അബ്ബബക്കർ ചെറുകിട കച്ചവടക്കാരനും പാർട്ടിയുടെ സജീവപ്രവർത്തകനുമായിരു ന്നു. പാപ്പിനിശ്ശേരി പഞ്ചായത്ത് മെമ്പറായി തെരഞ്ഞെടുക്കപ്പെട്ടിട്ടുണ്ട്. കോടതി വെറുതെ വിട്ടു. കരുതൽ തടങ്കലിൽ അറസ്റ്റ് ചെയ്തു. 3 വർഷം ജയിലിൽ അടച്ചു.

23) കെ.വി കുട്ടി - പാപ്പിനിശ്ശേരി സ്വദേശിയും ആറോൺമിൽ തൊഴി ലാളിയുമായിരുന്നു. തൊഴിലാളി യൂണിയന്റെയും പാർട്ടിയുടെയും സജീവ പ്രവർത്തകനായിരുന്നു. കേസിൽ സെഷൻസ് കോടതി വെറുതെ വിട്ടു. അറസ്റ്റ് ചെയ്ത് ജയിലിലടച്ചു. പിൽക്കാലത്ത് ബോംബെയിലേക്ക് പോയി.

24) കെ.വി കൃഷ്ണൻമാസ്റ്റർ - കെ.വി നാരായണൻ നമ്പ്യാരോടൊപ്പം ചിറക്കൽ താലൂക്ക് അധ്യാപകയൂണിയൻ ഉണ്ടാക്കുന്നതിൽ വലിയ പങ്കു വഹിച്ചു. കല്യാശ്ശേരി സൗത്ത് എൽ.പി.എസ് ഹെഡ്മാസ്റ്റർ ആയിരുന്നു. കേസിൽ സെക്ഷൻസ് കോടതി വെറുതെ വിട്ടയച്ചു. പിന്നീട് അറസ്റ്റ് ചെയ്തു. മൂന്നു വർഷം ജയിൽ കിടക്കേണ്ടി വന്നു.

25) ഈച്ച അപ്പ - മൊറാഴയിലെ ഒഴക്രോ സ്വദേശിയായിരുന്നു. ആറോൺമിൽ തൊഴിലാളിയും തൊഴിലാളി യൂണിയന്റെ സജീവപ്ര വർത്തകനുമായിരുന്നു. ആറോൺ ഇടപെട്ട് കേസിൽ ഉൾപ്പെടുത്തിയ താണ്. സെക്ഷൻസ് കോടതി വെറുതെ വിട്ടെങ്കിലും പിന്നീട് അറസ്റ്റ് ചെയ്തു. 3 വർഷം ജയിലിൽ അടച്ചു.

26) പാമ്പൻ രാമൻ- കീച്ചേരി സ്വദേശി ആറോൺമിൽ തൊഴിലാളി. തൊഴിലാളി യൂണിയൻ സജീവപ്രവർത്തകൻ സെഷൻസ് കോടതി വെറുതെ വിട്ടയച്ചു. പിന്നീട് അറസ്റ്റ് ചെയ്തു മൂന്ന് വർഷത്തേക്ക് ജയിലിൽ അടച്ചു.

27) മുല്ല കുഞ്ഞപ്പ - അരോളി സ്വദേശിയും ആറോൺമിൽ തൊഴി ലാളിയുമായിരുന്നു. പാർട്ടിയുടെ സജീവപ്രവർത്തകനായിരുന്നു. സെഷൻസ് കോടതി വെറുതെ വിട്ടു. വീണ്ടും അറസ്റ്റ് ചെയ്തു ജയിലിൽ അടച്ചു. പില്ലാലത്ത് ഒഴക്രോത്ത് പലവ്യഞ്ജന കട നടത്തിയിരുന്നു.

28) ടി.ടി ഗോവിന്ദൻ - ബക്കളം പുന്നക്കളങ്ങര സ്വദേശിയും ബക്കളം യുവജന വായനശാലയുടെ സജീവ പ്രവർത്തകനുമായ ടി.ടി ഗോവിന്ദൻ മാതൃഭൂമി ദിനപത്രത്തിന്റെ തളിപ്പറമ്പ് ലേഖകനുമായിരുന്നു. കമ്മ്യൂണിസ്റ്റ് പാർട്ടിയുടെ ഉശിരനായ പ്രവർത്തകനായിരുന്ന അദ്ദേഹം കുറച്ചുകാലം തളിപ്പറമ്പ് ഫർകാ സിക്രട്ടറിയായും പ്രവർത്തിച്ചു. മൊറാഴ കേസിൽ കോടതി വെറുതെ വിട്ടെങ്കിലും പിന്നീട് അറസ്റ്റ് ചെയ്ത് ജയിലിൽ അടച്ചു.

29) ടി.കുഞ്ഞിരാമൻ മാസറ്റർ - 28-ാം പ്രതി ടി.ടി ഗോവിന്ദന്റെ സഹോ ദരനായ കുഞ്ഞിരാമൻമാസ്റ്റർ കല്യാശ്ശേരി സ്കൂൾ അധ്യാപകനായിരു ന്നു. അധ്യാപക പ്രസ്ഥാനത്തിന്റെ സജീവപ്രവർത്തകനായിരുന്നു. വായനശാല പ്രവർത്തനത്തിൽ ശ്രദ്ധപതിപ്പിച്ചു. മൊറാഴ കേസിൽ കോടതി വെറുതെ വിട്ടു. അറസ്റ്റ് ചെയ്ത് ജയിലിൽ അടച്ചു.

30) കെ.കെ.പി കണ്ണൻ- ആറോൺമിൽ തൊഴിലാളിയായ കണ്ണൻ കല്യാശ്ശേരി സ്വദേശിയായിരുന്നു. മൊറാഴ കേസിൽ കോടതി വെറുതെ വിട്ടു. വീണ്ടും അറസ്റ്റ് ചെയ്തു ജയിലിൽ അടച്ചു.

31) കോയാടൻ കുഞ്ഞിരാമൻ നമ്പ്യാർ - ആറോൺമിൽ തൊഴിലാ ളിയായിരുന്ന കുഞ്ഞിരാമൻ നമ്പ്യാർ അഞ്ചാംപീടി സ്വദേശിയാണ്. തൊഴിലാളി യൂണിയന്റെ സജീവപ്രവർത്തകനായിരുന്നു. കേസിൽ സെഷൻസ് കോടതി വെറുതെ വിട്ടയച്ചു. കരുതൽ തടങ്കലിൽ മൂന്ന് വർഷം ജയിൽ അടച്ചു. ജയിൽ മോചിതനായ ശേഷം തമിഴ്നാട്ടിലേക്ക് താമസം മാറ്റി.

32) കെ.ടി കുഞ്ഞിരാമൻ വൈദ്യർ- ബാല ചികിത്സാ വിദഗ്ധനായ കുഞ്ഞിരാമൻ വൈദ്യർക്ക് മൊറാഴ സംഭവത്തിൽ കാലിന് വെടിയേറ്റു. കേസിൽ സെഷൻസ് കോടതി വെറുതെ വിട്ടു. വീണ്ടും അറസ്റ്റ് ചെയ്തു ജയിലിൽ അടച്ചു. കുഞ്ഞിരാമൻ വൈദ്യർ കല്യാശ്ശേരി സ്വദേശിയാണ്.

33) വി.നറുമ്പ് - മാങ്ങാട് അരയാലാ സ്വേദേശിയായ ഇദ്ദേഹം സ്വർ ണ്ണപണിക്കാരനായിരുന്നു. മൊറാഴ സംഭവത്തിൽ നറുമ്പിന് വെടിയേറ്റി രുന്നു. സെഷൻസ് കോടതി കുറ്റക്കാരനല്ലെന്ന് കണ്ട് വിട്ടയച്ചു. എങ്കിലും വീണ്ടും അറസ്റ്റ് ചെയ്തു ജയിലിൽ അടച്ചു.

34) പി.കെ.കുഞ്ഞിരാമൻ - അരോളി സ്വദേശിയായ കുഞ്ഞിരാമൻ ആറോൺമിൽ തൊഴിലാളിയായിരുന്ന യൂണിയൻ പ്രവർത്തകൻ കൂടിയായ ഇദ്ദേഹത്തെ സെഷൻസ് കോടതി വെറുതെ വിട്ടു. വീണ്ടും അറസ്റ്റ് ചെയ്തു ജയിൽ അടച്ചു.

35) -ാം പ്രതിയായ എ.വി കുഞ്ഞമ്പുവിനെപ്പറ്റി ഇതിനുമുമ്പ് പരാമർ ശിച്ചിട്ടുണ്ട്. അദ്ദേഹം പിടികിട്ടാപ്പുള്ളിയായി പ്രഖ്യാപിക്കപ്പെട്ടു.

36) എൻ.സുബ്രഹ്മണ്യ ഷേണായി - കേരളത്തിലെ കമ്മ്യൂണിസ്റ്റ് പാർട്ടിയുടെ പ്രമുഖ നേതാക്കളിൽ ഒരാളായ ഷേണായി മൊറാഴ സംഭവത്തെയുടർന്ന് ഒളിവിൽ പോയി. വിദ്യാർത്ഥി പ്രസ്ഥാനത്തി ലൂടെ സ്വാതന്ത്ര്യസമരത്തിൽ എത്തിയ നേതാവാണ്. വിദ്യാർത്ഥിയാ യിരിക്കുമ്പോൾ സ്കൂളിൽ ഉയർത്തിയ ബ്രിട്ടീഷ് പതാക വലിച്ചുതാഴ്ത്തി. പകരം ത്രിവർണ്ണ പതാക ഉയർത്തിയതിന്റെ പേരിൽ സ്കൂളിൽ നിന്നും പുറത്താക്കി. ഷേണായിയെ പിടിച്ചുകൊടുക്കുന്നവർക്ക് ആയിരം രൂപ ഇനാം പ്രഖ്യാപിച്ചിരുന്നു. കൊച്ചിയിൽ ഒളിവിൽ പാർട്ടി സെക്രട്ടറി യായി പ്രവർത്തിച്ചു. പിന്നീട് ആഭ്യന്തര വകുപ്പ് ഇനാം അയ്യായിരം രൂപ വാഗ്ദാനം ചെയ്തുവെങ്കിലും ഷേണായിയെ അറസ്റ്റ്ചെയ്യാൻ സാധിച്ചില്ല. 1946 ൽ മദിരാശിയിൽ ഇടക്കാല ഗവ: അധികാരത്തിൽ

വന്നപ്പോൾ ഷേണായിയുടെ പേരിലുള്ള വാറണ്ട് പിൻവലിച്ചു. 1948 ൽ പാർട്ടി നിരോധന കാലത്ത് അറസ്റ്റ് ചെയ്യപ്പെട്ടു. 1952 ൽ ജയിൽ മോചിതനായി. 2 തവണ എം.എൽ.എ.ആയ ഷേണായി ദീർഘകാലം പയ്യന്നൂർ പഞ്ചായത്ത് പ്രസിഡന്റായിരുന്നു.

മൊറാഴ കേസിൽ താൻ എങ്ങിനെ പ്രതിയായിയെന്ന് സുബ്രഹ്മണ്യ ഷേണായി അനുസ്മരിക്കുന്നു. "ഞാൻ അന്ന് പാർട്ടിയുടെ തളിപ്പ റമ്പ് താലൂക്ക് സെക്രട്ടറിയായിരുന്നു. ഞാൻ തളിപ്പറമ്പിലെ പാർട്ടി ഓഫീസിലാണ് താമസിച്ചിരുന്നത്. കാരണം 6 മണി കഴിഞ്ഞാൽ എനിക്ക് പയ്യന്നൂരിലേക്ക് തിരിച്ചപോകാൻ അന്ന് ബസ് ഉണ്ടായി രുന്നില്ല. ഒളിവ് ജീവിത കാലത്ത് കടമ്പേരി, ബക്കളം, മൊറാഴ, കല്ല്യാശ്ശേരി എന്നിവിടങ്ങളിൽ താമസിച്ച് പാർട്ടി പ്രവർത്തനത്തിൽ മുഴുകി. അങ്ങിനെയാണ് ഞാൻ മൊറാഴയിൽ എത്തുന്നതും മൊറാഴ കേസിൽ പ്രതിയാകുന്നതും."

37) പി.കുമാരൻ - മാങ്ങാട് സ്വദേശിയായ പി.കുമാരൻ മാസ്റ്റർ മാങ്ങാട് എൽ.പി.സ്ക്കൂളിലെ അധ്യാപകനായിരുന്നു. കോൺഗ്രസ്സി ന്റെയും അധ്യാപക പ്രസ്ഥാനത്തിന്റെയും നേതാവായിരുന്നു. മൊറാഴ കേസിൽ പ്രതിചേർക്കപ്പെട്ടതിനെ തുടർന്ന് ഒളിവിൽ പോയി. ബോംബെയിൽ എത്തി അവിടെ ജോലിചെയ്തു. അതോടൊപ്പം ടി.യു.പ്ര വർത്തനത്തിലും കമ്മ്യൂണിസ്റ്റ് പാർട്ടി പ്രവർത്തനത്തിലും സജീവമായി.

38) സി.കെ.പണിക്കർ - ബക്കളം കടമ്പേരി സ്വദേശിയായ സി.കെ. പണിക്കർ കടമ്പേരി എൽ.പി.സ്ക്കൂളിലെ പഠനശേഷം തലശ്ശേരിയിൽ നിന്നും അധ്യാപക പരിശീലനം പൂർത്തിയാക്കി കടമ്പേരി സ്ക്കൂളിൽത നെ ജോലി ചെയ്തു. 1932-ൽ കള്ള്ഷാപ്പ് പിക്കറ്റിംഗിങ്ങിൽ പങ്കെടുത്തു. 1934-ൽ ബക്കളം യുവജന വായനശാലയുടെ സജീവപ്രവർത്തകനായി. ചിറക്കൽ താലൂക്ക് അധ്യാപക യൂണിയൻ സെക്രട്ടറിയായും പ്രവർ ത്തിച്ചു. 1938-ൽ ഒറ്റപ്പാലത്തേക്ക് അധ്യാപക ജാഥ നയിച്ചു. 1939 ലെ അധ്യാപക പണിമുടക്കിൽ നേതൃത്വം നൽകി. ബക്കളം പത്താംരാഷ്ട്രീയ സമ്മേളനത്തിന്റെ സംഘാടനത്തിലും സജീവമായി. മൊറാഴ സംഭവ ത്തിൽ പ്രതിയാക്കപ്പെട്ടതിനെയടർന്ന് ഒളിവിൽ പോയ പണിക്കരെ പിടിക്കടാൻ പോലീസിന് കഴിഞ്ഞില്ല. കൊച്ചിയിൽ ഒളിവിൽ താമസി ച്ചുകൊണ്ട് ചെത്ത് തൊഴിലാളികളേയും കൃഷിക്കാരേയും സംഘടിപ്പി ക്കുന്നതിന് നേതൃത്വം നൽകി.

ഏതാനും മാസങ്ങൾക്ക്ശേഷം ബക്കളത്തിനടുത്തുള്ള നെല്ലി യോട്ടുവച്ച് കെ.പി.ആർ.ഗോപാലൻ പോലീസിന്റെ പിടിയിലായി. ഭീകര മർദ്ദനങ്ങൾക്ക് ശേഷം കെ.പി.ആറിനെ ഒന്നാം പ്രതി ചേർത്ത്

തലശ്ശേരി സെഷൻസ് കോടതിയിൽ കേസ് ഫയൽ ചെയ്തു. തലശ്ശേരി കോടതിയിൽ 41 ദിവസത്തെ വിചാരണ നടന്നു. പ്രതികൾക്ക് വേണ്ടി ബാരിസ്റ്റർ എ.കെ.പിള്ള, വി.ആർ.കൃഷ്ണയ്യർ, വി.വി.രാമയ്യർ, ടി.നാരായണൻ നമ്പ്യാർ, ടി.വി.സുന്ദരയ്യർ, കെ.ടി.ചന്തുനമ്പ്യാർ എന്നിവരടങ്ങിയ പ്രമുഖ അഭിഭാഷക നിരതന്നെ ഹാജരായി. 1941 ആഗസ്റ്റ് 16 ന് സെഷൻസ് ജഡ്ജി എം.രാഗനാഥൻ ആചാര്യ കേസിൽ വിധി കല്പിച്ചു. പിടികിട്ടിയ 34 പ്രതികളിൽ 20 പേരെ കുറ്റക്കാരല്ലെന്ന് കണ്ടെത്തി നിരുപാധികം വിട്ടയക്കാൻ ഉത്തരവായി. കെ.പി.ആർ.ഗോപാലനേയും ടി.രാഘവൻ നമ്പ്യാരേയും 7 വർഷത്തെ കഠിനതടവിന് ശിക്ഷിച്ചു. ശിക്ഷവിധിച്ചത് സെഷൻസ് കോടതി എത്തിച്ചേർന്ന താഴെപ്പറയുന്ന നിഗമനങ്ങളുടെ അടിസ്ഥാനത്തിലാണ്.

"ഈ രണ്ട് പ്രതികളെ സംബന്ധിച്ചിടത്തോളം (കെ.പി.ആറും അറാക്കൽ കുഞ്ഞിരാമനും) അവർക്ക് കുട്ടികൃഷ്ണ മേനോനെ വധിക്കണമെന്നോ മാരകമായി മുറിവേൽപ്പിക്കണമെന്നോ ആഗ്രഹമുണ്ടായിരുന്നില്ല. ഏത് തരത്തിൽ നോക്കിയാലും കുട്ടികൃഷ്ണ മേനോനെതിരെ നടന്ന ആക്രമണം തികച്ചും ആകസ്മികവും നിയന്ത്രണം നഷ്ടപ്പെട്ട അവസ്ഥയിൽനിന്നും ഉടലെടുത്തതുമാണ്." വി.പി.നാരയണനെ 6 വർഷവും അറാക്കൽ കുഞ്ഞിരാമനെ 5 വർഷവും കഠിന തടവിന് ശിക്ഷിച്ചു. വി.എം. വിഷ്ണു ഭാരതീയൻ, ഇ.നാരായണൻ നായനാർ, മാങ്ങാടിന്റെകത്ത് ഇബ്രാഹിം, പി.ഗോവിന്ദൻ നായർ, പി.പി.അച്യുതൻ നമ്പ്യാർ ചിറ്റോത്ത്ഇടത്തിൽ കൃഷ്ണൻ ഗുരിക്കൾ, പി.ഗോപാലൻ നമ്പ്യാർ, മച്ചാത്തി കുഞ്ഞിക്കണ്ണൻ എന്നിവരെ 3 വർഷത്തെ കഠിനതടവിന് ശിക്ഷിച്ചു.

ഈ വിധിയിൽ മലബാർ ജില്ലാ മജിസ്ട്രേറ്റ് തീരെ തൃപ്തനായിരുന്നില്ല. കടുത്ത ശിക്ഷയാണ് മലബാർ മജിസ്ട്രേറ്റ് പ്രതീക്ഷിച്ചിരുന്നത്. അതിനാൽ ഉടനെത്തന്നെ അപ്പീൽ നൽകുന്നതിനുള്ള അനുവാദത്തിനായി ചീഫ് സെക്രട്ടറിയോട് അപേക്ഷിച്ചു. ഉടൻ തന്നെ അനുവാദം കിട്ടുകയും മദ്രാസ് ഹൈക്കോടതിയിൽ അപ്പീൽ ഫയൽ ചെയ്യുകയും ചെയ്തു.

1942 ഫിബ്രുവരി 24 ന് മദ്രാസ് ഹൈക്കോടതിയിലെ ജസ്റ്റീസ് കിംങ്ങും ജസ്റ്റീസ് ഹാഫ്ലും മൊറാഴ കേസിൽ തങ്ങളുടെ വിധി പ്രഖ്യാപിച്ചു. സെഷൻസ് കോടതിയുടെ വിധിയിൽനിന്നും

തികച്ചും വ്യത്യസ്തമായിരുന്നു ഹൈക്കോടതി വിധി. ഹൈക്കോടതി കെ.പി.ആറിന് വധശിക്ഷ വിധിച്ചു. ഇത് തികച്ചും അപ്രതീക്ഷിതമായിരുന്നു.

"പ്രതി കെ.പി.ആർ.ഗോപാലൻ കുട്ടിക്കൃഷ്ണ മേനോന്റെ തലയ്ക്ക് മുറി വേൽപ്പിക്കുന്നതിൽ ഏറ്റവും പ്രധാന പങ്ക് വഹിച്ച വെന്ന് മാത്രമല്ല പ്രതിയുടെ ശക്തമായ പ്രേരണകൊണ്ട് മാത്രമാണ് ജനക്കൂട്ടം ഒറ്റ കെട്ടായി പോലീസിനെ ആക്രമിക്കാൻ മുന്നോട്ട് വന്നത്. അതിനാൽ കുട്ടിക്കൃഷ്ണ മേനോന്റെ കൊലപാതക കുറ്റത്തിന് ഞങ്ങൾ അദ്ദേഹത്തിന് മരണ ശിക്ഷ വിധിക്കുന്നു".

ദേശസ്നേഹികളെ മുഴുവൻ ഞെട്ടിച്ച കോടതി വിധിയായിരുന്നു അത്. കെ.പി.ആർ.അന്ന് ബല്ലാരി ജയിലിൽ ആയിരുന്നു. കെ.പി. ആറിന്റെ ജീവൻ രക്ഷിക്കാനുള്ള വ്യാപകമായ പ്രചരണ പ്രവർത്ത നങ്ങൾക്ക് കമ്മ്യൂണിസ്റ്റ് പാർട്ടി നേതൃത്വം നൽകി. വിവിധ കേന്ദ്രങ്ങളിൽ നിവേദനങ്ങൾ സമർപ്പിക്കപ്പെട്ടു. ഹൈക്കോടതി വിധിക്കെതിരെ പ്രി വികൗൺസിൽ അപ്പീൽ നൽകുന്നതിന് ബാരിസ്റ്റർ എ.കെ.പിള്ള നേതൃത്വം നൽകി. പ്രസിദ്ധ നിയമപണ്ഡിതൻ സി.എൻ. പ്രിറ്റ് കെ.പി. ആറിന് വേണ്ടി പ്രിവികൗൺസിലിൽ വാദിച്ചു. ബ്രിട്ടീഷ് കമ്മ്യൂണിസ്റ്റ് പാർട്ടി അംഗമായ വില്യം ഗാലാഷർ (എം.പി.) ഉൾപ്പെടെ ബ്രിട്ടീഷ് പാർ ലമെന്റിൽ കെ.പി.ആറിന് വേണ്ടി ശ്രദ്ധക്ഷണിച്ചുകൊണ്ട് സംസാരിച്ചു. ഇക്കാര്യത്തിൽ കൂടുതൽ അന്വേഷണം നടത്തി നടപടി സ്വീകരിക്കാ മെന്ന് ഇന്ത്യാ സെക്രട്ടറി ആമ്രി പ്രഭ പാർലമെന്റിൽ മറുപടി പറഞ്ഞു.

കെ.പി.ആറിന്റെ വധശിക്ഷ ഒഴിവാക്കാൻ നാടൊട്ടുക്കും ഭീമ ഹരജികൾ സമർപ്പിക്കപ്പെട്ടു. പ്രമുഖ ടി.യു.നേതാവ് വി.വി.ഗിരി വിധിയെ വിമർശിച്ചു. ചിറക്കൽ താലൂക്കിൽ നിന്ന് മാത്രം 1784 പേർ ഒപ്പിട്ട ഭീമഹരജി സമർപ്പിച്ചു. വായനശാലകൾ, ഫാക്ടറി തൊഴിലാളികൾ, വൈസ്മെൻ അസോസിയേഷൻ, ഇതര തൊഴിലാളി സംഘടനകൾ, അഴീക്കോട് ആത്മവിദ്യാ സംഘം എന്നിങ്ങനെ വിവിധ സംഘടനകൾ ഈ പ്രവർത്തനത്തിൽ പങ്കുകൊണ്ടു. തലശ്ശേരി ടൗണിൽനിന്ന് മാത്രം 9060 പേർ ഒപ്പിട്ട ഹരജി സമർപ്പിക്കപ്പെട്ടു. അതിൽ 150 മുസ്ലിം സ്ത്രീ കളായിരുന്നു. മഞ്ചേരി രാമയ്യർ അടക്കം 1565 പേർ ഒപ്പിട്ട ഹരജി കോഴിക്കോട് നിന്ന് സമർപ്പിക്കപ്പെട്ടു.

സി.രാജഗോപാലാചാരി കണ്ണൂരിൽ പങ്കെടുത്ത ഒരു യോഗത്തിൽ "കെ.പി.ആറിനെ വിട്ടയക്കുക" എന്ന മുദ്രാവാക്യം വിളി സദസ്സിനെ പ്രകമ്പനം കൊള്ളിച്ചു. 1941 മാർച്ച് 1 ന് കെ.പി.ആർ ദിനം ആചരിച്ചു. വിവിധ വിഭാഗം ജനങ്ങൾ ദിനാചരണം ഏറ്റെടുത്ത് ഭരണാധികാരി കൾക്ക് ശക്തമായ സന്ദേശം നൽകി.

ഇത് സംബന്ധിച്ച് ജവഹർലാൽ നെഹ്റുവിന്റെ പ്രസ്താവന ഇപ്ര കാരമായിരുന്നു. "കെ.പി.ആർ.ഗോപാലൻ നമ്പ്യാരുടെ മേൽച്ചുമത്തിയ

വധശിക്ഷ റദ്ദാക്കാൻ വേണ്ടിയുള്ള അനേകം അപേക്ഷകളുടെ കൂട്ടത്തിൽ എന്റെ അപേക്ഷയും ചേർക്കാൻ ഞാൻ ആഗ്രഹിക്കുന്നു."

ബോംബെയിൽ "കെ.പി.ആർ.ഗോപാലൻ ജീവൻ രക്ഷാകമ്മിറ്റി" പ്രത്യേകമായി തന്നെ രൂപീകരിച്ച് പ്രവർത്തിച്ചു. ബോംബെ കടപ്പറത്ത് പതിനായിരത്തോളം പേർ പങ്കെടുത്ത റാലി സംഘടിപ്പിച്ചു. ബോംബെയിലെ കോൺഗ്രസ് കമ്മിറ്റികൾ "കെ.പി.ആറിനെ രക്ഷിക്കുക". പ്രമേയങ്ങൾ പാസ്സാക്കി. കോൺഗ്രസ് സോഷിലിസ്റ്റ് പാർട്ടി പ്രസ്സ് വർക്കേഴ്സ് യൂനിയൻ, വിവിധ വിദ്യാർത്ഥി സംഘടനകൾ എന്നിങ്ങനെ ഒട്ടെറെ സംഘടനകൾ കെ.പി.ആറിനെ രക്ഷിക്കുന്നതിന് പ്രമേയം പാസ്സാക്കി അയച്ചുകൊടുത്തു.

അഭിപ്രായ വ്യത്യാസങ്ങൾ മറന്ന് കേരളത്തിലും കെ.കേളപ്പൻ, ടി.വി.സുന്ദരയ്യർ, സാമുവൽ ആറോൺ ഇടങ്ങിയവർ കെ.പി.ആറിനെ രക്ഷിക്കുന്നതിനുള്ള പ്രവർത്തനങ്ങളിൽ സഹകരിച്ചു. ഇന്ത്യൻ സിവിൽ ലിബർട്ടി യൂനിയൻ സെക്രട്ടറി ഡോ: കെ.ബി.മേനോന്റെ പ്രവർത്തനങ്ങൾ സ്തുത്യർഹമായിരുന്നു. അദ്ദേഹം സേവാ ഗ്രാമത്തിൽ ചെന്ന് ഗാന്ധിജിയെ കണ്ട് സ്ഥിതിഗതികളുടെ ഗൗരവം ബോധിപ്പിച്ചു.

ഗാന്ധിജി ഹരിജനിൽ എഴുതി

"ഗോപാലൻ നമ്പ്യാർ രാജ്യസ്നേഹിയായ ഒരു യുവാവാണ്. മലബാറിലൊരു മീറ്റിങ്ങിൽ പോലീസിനെ ആക്രമിക്കാൻ പ്രേരിപ്പിച്ചുവെന്ന് ആരോപിച്ചുകൊണ്ട് ഹൈക്കോടതി അദ്ദേഹത്തെ മരണ ശിക്ഷയ്ക്ക് വിധിച്ചിരിക്കുന്നു. തെളിവുകൾ ശിക്ഷയെ ന്യായീകരിക്കുന്നുണ്ടാവാം. പക്ഷെ വളരെ വ്യക്തമായും അദ്ദേഹം ശിക്ഷ ഇളവ് അർഹിക്കുന്നു. ഇത് കരുതിക്കൂട്ടി നടത്തിയ ഒരു കൊലപാതകമല്ല. ഒരു കോടതിക്കും കാണാൻ കഴിയാത്ത നിരവധി കൊലപാതകങ്ങളുടെ നടുവിലാണ് നാം ജീവിക്കുന്നത്. ഇത്തരം ഒരു സാഹചര്യത്തിൽ ഒരു യുവാവിനെ കഴുവിലേറ്റുന്നത് നീതിയുടെ പ്രഹസനമാണ്. പത്രങ്ങളും പൊതുജനാഭിപ്രായങ്ങളും ഇതിനെതിരെ മുന്നോട്ട് വരുന്നു വെന്നറിയുന്നതിൽ ഞാൻ സന്തുഷ്ടനാണ്. സർക്കാർ പൊതുജനങ്ങളുടെ ശബ്ദം ശ്രദ്ധിക്കുമെന്ന് ആശിക്കാം."

ബ്രിട്ടീഷ് ചരിത്രത്തിലെ അത്യന്തം നിർണ്ണായകമായ ഘട്ടത്തിലൂടെ ആ രാജ്യം കടന്നുപോകുന്ന സന്ദർഭമായിരുന്നു അത്. സർവ്വനാശകരമായ രണ്ടാംലോക മഹായുദ്ധത്തിന്റെ കെടുതി യൂറോപ്പിനെ തകർത്ത് തരിപ്പണമാക്കിയിരിക്കുന്നു. ബ്രിട്ടൺതന്നെ ഹിറ്റ്ലറുടെ നാസിപ്പടയുടെ കടന്നാക്രമണങ്ങളെ പ്രതിരോധിക്കാൻ പാടുപെടുന്ന സമയം. യുദ്ധ വിജയത്തിന് ആളും അർത്ഥവും ജനപിന്തുണയും വർദ്ധിപ്പിക്കാൻ

ഇടപെട്ടുകൊണ്ടിരുന്ന സന്ദർഭം ഇന്ത്യക്കാരുടെ പിന്തുണ ഈ ഘട്ട
ത്തിൽ ബ്രിട്ടന് നിലനിൽപ്പിന് വേണ്ടി വളരെ അത്യാവശ്യമായിരുന്നു.
ഇന്ത്യയിൽ ആകെ യുദ്ധവിരുദ്ധ പ്രക്ഷോഭം ശക്തിയാർജ്ജിച്ചുവരുന്നു.
യുദ്ധകാല മന്ത്രിസഭ സ്റ്റോഫോർഡ് ക്രിപ്സിനെ ഇന്ത്യയിലേക്ക്
അയക്കാൻ തീരുമാനിച്ചുകൊണ്ടിരിക്കുകയായിരുന്നു ആ സന്ദർഭ
ത്തിൽ. കെ.പി.ആറിന്റെ ശിക്ഷായിളവിനുവേണ്ടി ഇന്ത്യയിൽ ഉയർന്നു
വരുന്ന ആവശ്യത്തിനുമുമ്പിൽ പുറംതിരിഞ്ഞ് നിൽക്കാൻ ബ്രിട്ടീഷ്
അധികൃതർക്ക് സാധിക്കുമായിരുന്നില്ല. ഈ സാഹചര്യത്തിൽ 1942
മാർച്ച് 24 ന് കെ.പി.ആറിന്റെ വധശിക്ഷ ജീവപര്യന്തം തടവ് ആക്കി
മാറ്റി. ബഹുജനപ്രക്ഷോഭത്തിന്റെ മുമ്പിൽ ഏത് ഭരണകൂടവും മുട്ട് മടക്കേ
ണ്ടി വരുമെന്നതിന് മറ്റൊരു ഉദാഹരണമായി ഇതിനെകണക്കാക്കാം.

സപ്തംബർ 15 : സാമ്രാജ്യത്വ വിരുദ്ധ പ്രതിഷേധ ദിനാചരണത്തെ
ക്കുറിച്ച് വിപ്ലവ കവി കെ.പി.ജി. ഇങ്ങിനെ പാടി.

"അന്നഹോ തലശ്ശേരി കടപ്പുറ-
ത്തിന്ന് പൊട്ടി ഉയർന്ന പ്രവാഹമെ
നിന്നെയാർ തട്ടത്തീട്ടുവാൻ എം.എസ്.പി.
ഇന്നതിൻ വെറു മോലത്തുരുത്തുകൾ
ഹേ! മൊറാഴ തൻ വീരയോദ്ധാക്കളെ
ഹേ! മികച്ച മട്ടന്നൂർ സഖാക്കളെ
മേൽക്കമേലിൻ തിര തള്ളവിൻ
നാല്പതാമാണ്ട് സപ്തംബർ മാസത്തിൻ
അപ്പതിനഞ്ച് നിങ്ങളോർക്കുന്നുവോ?
തിയ്യതിയത് മാറില്ലൊരിക്കല്ലും
തീയ്യിൽനിന്നും കുറിച്ചിട്ടതാകയാൽ".

മാങ്ങാട്ടുപറമ്പ്
ഭക്ഷ്യോല്പാദന കൂട്ടുകൃഷി :

വല്ലാത്തൊരു സാഹചര്യമായിരുന്ന രണ്ടാം ലോക മഹായുദ്ധത്തെ തുടർന്ന് നാട്ടിൽ ഉടലെടുത്തത്. എല്ലാറ്റിനും കടുത്ത ക്ഷാമം. അരിയില്ല, ഉണിയില്ല, മണ്ണെണ്ണ കണികാണാനില്ല. രോഗികൾക്ക് മരുന്നില്ല. ഇതൊന്നും ശ്രദ്ധിക്കാൻ അധികാരികൾക്ക് നേരവ്വമില്ല. വിഭവങ്ങൾ എല്ലാം ശേഖരിച്ച് യുദ്ധമുന്നണിയിലേക്ക് അയക്കണം. നാടാകെ ദാരിദ്ര്യത്തിൽ. രൂക്ഷമായ പട്ടിണിയും ദുരിതങ്ങളും നാടിനെ വിഴുങ്ങുന്നു. കോളറ പടർന്ന് പിടിച്ചു. എങ്ങും ഭീകരമായ അന്തരീക്ഷം. ഈ സമയത്ത് കമ്മ്യൂണിസ്റ്റ് പാർട്ടി ഉണർന്ന് പ്രവർത്തിച്ചു. സന്നദ്ധ സ്ക്വാഡുകൾ ഉണ്ടാക്കി രോഗികളെ പരിചരിച്ചു. രോഗം പടരാതിരി ക്കാൻ സ്വീകരിക്കേണ്ട നടപടികൾ പരിശീലിപ്പിച്ചു. അതോടൊപ്പം ഭക്ഷ്യോല്പാദനം വർദ്ധിപ്പിക്കുന്നതിന് തരിശ് ഭൂമി മുഴുവൻ കൃഷിയിറക്കു ന്നതിന് ആഹ്വാനം ചെയ്തു.

മാങ്ങാട്ടുപറമ്പ് കപ്പ കൃഷി :

ഭക്ഷ്യക്ഷാമ കാലത്ത് കർഷകസംഘം ഏറ്റെടുത്ത ഭക്ഷ്യോല്പാദന പ്രവർത്തനങ്ങൾ വഴി പണിയില്ലാതെ വരുമാനം നഷ്ടപ്പെട്ട പട്ടിണി പാവങ്ങൾക്ക് പണിയും കൂലിയും ലഭ്യമാക്കി. ഭക്ഷ്യവസ്തുക്കളുടെ വിത രണത്തിനായി നാടെങ്ങും കർഷകസംഘം ഭക്ഷണ കമ്മിറ്റികൾ രൂപീകരിച്ചു. ജാതി ജന്മി നാട്ടുവാഴിത്തത്തിനും വിദേശാധിപത്യത്തി നും എതിരെ പോരാട്ടമ്പോൾ തന്നെ കർഷക പ്രസ്ഥാനം നടത്തിയ ദേശസ്നേഹപരവും സ്യഷ്ടിപരവുമായ പ്രവർത്തനങ്ങളുടെ രേഖകൾ

അക്കാലത്തെ പോലീസ്-റവന്യൂ രേഖകളിൽനിന്നും വ്യക്തമാകുന്നു.

മൊറാഴ, ആണ്ടൂർ, കല്ല്യാശ്ശേരി എന്നീ 3 റവന്യൂ അംശത്തിൽ പെട്ട നന്താണ് മാങ്ങാട്ടുപറമ്പ്. മൊറാഴ അംശത്തിൽ 123.53 ഏക്കറും ആണ്ടൂർ അംശത്തിൽ 154.45 ഏക്കറും കല്ല്യാശ്ശേരി അംശത്തിൽ 93 ഏക്കറുമാണ് മാങ്ങാട്ടുപറമ്പിൽ പുറമ്പോക്ക് ഭൂമി ഉണ്ടായിരുന്നത്. സർക്കാറിൽ നിക്ഷിപ്തമായ ഈ ഭൂമിയിൽ രണ്ടുപേർ അവകാശം ഉന്നയിച്ചു. ഇതിൽ കരക്കാട്ടിടത്തിൽ രയരപ്പൻ നമ്പ്യാർ നൽകിയ അപേക്ഷയെ തുടർന്ന് തലശ്ശേരി സബ്കലക്ടർ 1919 നവംബർ 14 ന് മലബാർ ജില്ലാ കലക്ടർ ക്ക് അയച്ച കത്ത് പ്രകാരം മാങ്ങാട്ടുപറമ്പിന്റെ കൈവശാവകാശം രണ്ട്പേരാണ് ഉന്നയിച്ചിരിക്കുന്നത്.

1. കടമ്പേരി ദേവസ്വം ഊരാളൻ കരക്കാട്ടിടത്തിൽ രയരപ്പൻ നമ്പ്യാർ

2. ഏറമ്പാല നമ്പ്യാർ

"ഇത് പാട്ടഭൂമിയാണെന്ന കടമ്പേരി ദേവസ്വത്തിന്റെ അവകാശ വാദം നിലനിൽക്കുന്നതല്ല. കാരണം ഇവിടെ യാതൊരു വിളകളുമില്ല. എല്ലാകൊല്ലവും ഡിസംബർ മാസത്തിൽ പരിസര വാസികൾ പുല്ല രിയാൻ ഉപയോഗിക്കുന്ന സ്ഥലമാണിത്. ഇതിനുള്ള അവകാശം തങ്ങളാണ് നൽകുന്നത് എന്ന് അവകാശപ്പെട്ടുകൊണ്ട് കടമ്പേരി ദേവസ്വംവക ചില വാടക ശീട്ടുകൾ ഹാജരാക്കുകയുണ്ടായി. ആണ്ടൂർ ദേശത്തെ 23, 24 സർവ്വേ നമ്പറുകളിൽ പെട്ട സ്ഥലം സംബന്ധിച്ചാണ് ശീട്ടുകൾ എന്നതിനാൽ ഇതൊഴികെ മറ്റ് സ്ഥലങ്ങൾ സംബന്ധിച്ച അവകാശവാദം ഉപേക്ഷിച്ച് രേഖാമൂലം ഉറപ്പനൽകിയാൽ മേൽ സ്ഥലം സ്വകാര്യ ജന്മമായി ഉപയോഗിക്കാവുന്നതാണ്. ഇത് സംബ ന്ധിച്ച് രയരപ്പൻ നമ്പ്യാരുമായി ചർച്ചചെയ്യണം."

"മലയാള വർഷം 1036 ലെ കരാർ അടിസ്ഥാനമാക്കിയാണ് ഏറമ്പാല നമ്പ്യാരുടെ അവകാശവാദം. മേൽ കരാറിൽ അളവുകളോ അതിരുകളോ ഇല്ല. കാന്തൽ ദേശത്തെ സർവ്വേ നമ്പർ ന്നിൽ പെട്ട മറ്റ് പാട്ടരേഖയും തെളിവായി അംഗീകരിക്കാൻ ആവില്ല... കല്ല്യാശ്ശേരി ദേശത്തുള്ള സർവ്വേ നമ്പറിലെ റോഡരികിലെ ഒരു ചെറിയ ഭാഗം ധർമ്മാവശ്യത്തിന് ജലസംഭരണി സ്ഥാപിച്ചതാണ്. (ധർമ്മ ശാല-സ്ഥലനാമം) ഇത് ഗവൺമെന്റ് ജന്മമായി രജിസ്റ്റർ ചെയ്യാവുന്ന താണ്. അവകാശ തർക്കമുന്നയിച്ച മാങ്ങാട്ടുപറമ്പ് എന്നറിയപ്പെടുന്ന പുൽമേട് ഏത് നിലയിലും ഗവൺമെന്റ് കൈവശത്തിലുള്ളതാണ്."

1917 ചിറക്കൽ തഹസിൽദാർ മാങ്ങാട്ടുപറമ്പിൽ നിന്നും പുല്ലരി യ്യുന്നതിനുള്ള അവകാശം ലേലം ചെയ്യാൻ തീരുമാനിച്ചത് ബഹുജന പ്രക്ഷോഭത്തെ തുടർന്ന് റദ്ദ് ചെയ്യേണ്ടിവന്നു.

1918 ൽ മിസ്റ്റർ ഹിൽ "എല്ലാ കൊല്ലവും കന്നി 10 ന് മുമ്പ് പുല്ലരി യാൻ ഉദ്ദേശിക്കുന്നവർ അപേക്ഷ നൽകണമെന്ന് നിർദ്ദേശിക്കുകയും ആയത് തുടർന്ന് വരികയും ചെയ്യുന്നുണ്ട്. വേനൽ കാലത്ത് 700 ൽ കുറയാത്ത അപേക്ഷകൾ കിട്ടുന്നതായി തളിപ്പറമ്പ് ഡപ്യൂട്ടി തഹസിൽ ദാർ അറിയിച്ചിട്ടുണ്ട്".

1946 മെയ് 5 ന് കർഷകസംഘം സെക്രട്ടറി കെ.പി.ആർ.രയരപ്പൻ മാങ്ങാട്ടുപറമ്പ് പുറമ്പോക്ക് കൃഷിക്കായി അനുവദിച്ച് കിട്ടുവാൻ അപേ ക്ഷനൽകി. കൂടാതെ 881 കൃഷിക്കാരുടെ ഒപ്പോട്ടുകൂടി ഒരു കാർഷിക സഹകരണ സംഘം രൂപീകരിക്കുന്നുവെന്നും സംഘത്തിന് പാട്ടമായി ഈ ഭൂമി നൽകണമെന്നും കാണിച്ച് മറ്റൊരു നിവേദനം കൂടി നൽകി. സഹകരണ സംഘം രൂപീകരിച്ചതിനുശേഷം ജില്ലാ കലക്ടർക്ക് നിവേദനം നൽകുവാൻ തഹസിൽദാർ നിർദ്ദേശിച്ചു.

1946 ജൂലായ് 8 ന് കല്ല്യാശ്ശേരിയിലെ കോൺഗ്രസ്സ് പ്രവർത്ത കനായ എം.പി.ഗോവിന്ദൻ നമ്പ്യാർ മാങ്ങാട്ടുപറമ്പ് പാട്ടത്തിന് കൊട്ടുക്കുന്നതിനെ എതിർത്തുകൊണ്ട് ചിറക്കൽ താലൂക്ക് ഡപ്യൂട്ടി തഹസിൽതാർക്ക് കത്ത് നൽകി. കത്തിൽ കർഷകസംഘം കമ്മ്യൂ ണിസ്റ്റ് സംഘടനയാണെന്നും അത് കമ്മ്യൂണിസ്റ്റുകാർക്ക് മാത്രം നേട്ടം ഉണ്ടാക്കുന്നതാണെന്നും ആരോപിച്ചു. അതോടൊപ്പം മാണിക്കോത്ത് കുമാരൻ എം.എൽ.എ.യും ചിറക്കൽ താലൂക്ക് കോൺഗ്രസ്സ് പ്രസിഡ ണ്ടും ഈ ഭൂമി പാട്ടത്തിന് നൽകുന്നതിന് എതിരെ പരാതി നൽകി.

21-07-1946 ന് കെ.പി.ആർ രയരപ്പൻ നമ്പ്യാരുടെ നേതൃത്വത്തിൽ കർഷകസംഘം നേതാക്കൾ ആർ.ഡി.ഒ.വിനെ കണ്ട് തങ്ങൾ സഹകരണ സംഘം രൂപീകരിക്കുന്നതിന് നടപടികൾ കൈക്കൊണ്ട് വരികയാണെന്നും അറിയിച്ചു. 08-08-46 ന് സഹകരണ സംഘം പ്രാരംഭ യോഗം ചേർന്ന് സംഘാടക സമിതിയായി താഴെപ്പറയുന്നവരെ തെര ഞ്ഞെടുത്തു.

1. കെ.പി.ആർ.രയരപ്പൻ (കൺവീനർ)

2. സി.കുഞ്ഞമ്പു പണിക്കർ

3. പി.പി.അച്യുതൻ

4. പി.ഗോവിന്ദൻ നായർ

5. ചന്ത്രോത്ത് കോരൻ

6. കെ.വി.മൂസാൻ കുട്ടി

7. പി.എം.ഗോപാലൻ

തുടർന്ന് മാങ്ങാട്ടുപറമ്പിൽ കൃഷിചെയ്യാൻ ഓർഗനൈസിങ്ങ് കമ്മ
റ്റിയെ അനുവദിക്കണമെന്ന് തലശ്ശേരി ആർ.ഡി.ഒ.വിന് അപേക്ഷയും
നൽകി. അനുകൂലമായ കാലാവസ്ഥയിൽ കൃഷിചെയ്യാൻ സാധിക്കത്ത
ക്ക വിധത്തിൽ അനുവാദം ലഭിക്കുന്നതിന് വൈകുമ്പോൾ കൃഷിക്കാർ
കർഷകസംഘം നേതൃത്വത്തിൽ 25-08-46 ന് സ്ഥലം കൈയേറി
മാങ്ങാട്ട് പറമ്പിൽ കൃഷിചെയ്തു.

ചിറക്കിൽ താലൂക്ക് കോൺഗ്രസ് കമ്മറ്റി പ്രസിഡന്റ് ടി.ബാലകൃ
ഷ്ണൻ നായർ തലശ്ശേരി ആർ.ഡി.ഒ.വിന് അയച്ച കത്തിൽ ഇപ്രകാരം
പറയുന്നു. "കമ്മ്യൂണിസ്റ്റുകാർ മേൽക്കൈ നേടുമ്പോൾ ഗവൺമെന്റിന്
യാതൊന്നും ചെയ്യാൻ കഴിയാത്ത അവസ്ഥ ഉണ്ടെന്ന വികാരം ഗ്രാമീ
ണരിൽ ഉണ്ട്. അത് ദിവസം തോറും ശക്തിപ്പെട്ടുവരികയാണ്."

തുടർന്ന് റവന്യൂ അധികൃതർ മാങ്ങാട്ടുപറമ്പ് കൈയേറി കൃഷി നടത്തു
ന്നവർക്കെതിരെ നടപടി തുടങ്ങി.

24-09-1946 ന് കൂട്ടുകൃഷി സംഘം സംഘടനാ കമ്മറ്റി കൺവീനർ
കെ.പി.ആർ.രയരപ്പൻ ഡപ്യൂട്ടി തഹസിൽദാർക്ക് ഒരു സ്റ്റേറ്റ്മെന്റ്
സമർപ്പിക്കുകയും ആ സ്റ്റേറ്റ്മെന്റ് നോട്ടീസായി നാട്ടിൽ വ്യാപകമായി
പ്രചരിപ്പിക്കുകയും ചെയ്തു. നോട്ടീസിന്റെ ഉള്ളടക്കം ഇപ്രകാരമാണ്.

സാർ നിങ്ങളുടെ 1946 സപ്ലംബർ 20 ന്റെ കല്പനപ്രകാരം ഞങ്ങൾ
യാതൊരു കുറ്റകരമായ പ്രവൃത്തിയും ചെയ്തിട്ടില്ല. ആ കല്പനയിൽ
മാങ്ങാട്ടുപറമ്പ് സമ്മതം കൂടാതെ കയറി കൃഷിചെയ്ത് അനുഭവിച്ച എന്ന
പറയുന്നത് ശരിയല്ല. 1946 മെയ് 1 ന് മൊറോഴ, ആന്തൂർ, കല്ല്യാശ്ശേരി
എന്നീ അംശങ്ങളിലെ 2000 ത്തിൽപ്പരം ജനങ്ങൾ ചേർന്നുള്ള പൊതു
യോഗത്തിൽ മാങ്ങാട്ടുപറമ്പ് കൃഷി ചെയ്യാൻ അനുവദിക്കണമെന്ന്
ഗവൺമെന്റിനോട് ആവശ്യപ്പെട്ട് പ്രമേയം സർവ്വ സമ്മതമായി പാസ്സാ
ക്കുകയും ആയത് തളിപ്പറമ്പ് ഡപ്യൂട്ടി തഹസിൽദാർ, ചിറക്കൽ
തഹസിൽദാർ, ഇക്കിടി, കലക്ടർ എന്നിവർക്ക് അയച്ച് കൊടുക്കുകയും
ഇതിനെ സമ്ബന്ധിച്ച് ചിറക്കൽ താലൂക്ക് കിസാൻ സംഘം മദിരാശി
ഗവൺമെന്റിന് നേരിട്ട് മെമ്മോറാണ്ടം കൊടുക്കുകയും ചെയ്തിരുന്നു.
ചിറക്കൽ തഹസിൽദാരിൽനിന്നും മാങ്ങാട്ടുപറമ്പ് കൃഷിചെയ്യാൻ
അനുവദിക്കുന്നുവെന്ന് കാണിച്ചുകൊണ്ട് ഞങ്ങളുടെ ചിറക്കൽ താലൂക്ക്
കിസാൻ സംഘത്തിന് ഒരു കല്പനയും തന്നിരുന്നു. അത് പ്രകാരമാണ്
ഞങ്ങൾ ഇപ്പോൾ കൃഷിചെയ്തുവരുന്നത്.

മേപ്പടി തഹസിൽദാരുടെ കല്പന കിട്ടിയ ഉടനെ ചിറക്കൽ താല്ലൂക്ക് കിസാൻ സംഘം മേൽ പ്രസ്താപിച്ച മൂന്ന് അംശങ്ങളിലെ കൃഷിക്കാരുടെ ഒരു യോഗം വിളിക്കുകയും യോഗത്തിൽ മാങ്ങാട്ടുപറമ്പ് കൃഷിചെയ്യാ നുള്ള സമ്മതം കിട്ടിയിട്ടുള്ള സ്ഥിതിക്ക് എങ്ങിനെയാണ് ഈ കൃഷി നടത്തിക്കൊണ്ടുപോകേണ്ടതെന്ന് ആലോചിക്കുകയും ചെയ്തു. ആ യോഗത്തിൽവെച്ച് സാധുക്കളായ കൃഷിക്കാർക്ക് സ്വന്തം സ്വന്തമായി ഇത്രുവരെ കൃഷിചെയ്യാത്ത മാങ്ങാട്ടുപറമ്പിൽ കൃഷിചെയ്യത്തക്ക സൗകര്യമോ ധനസ്ഥിതിയോ ഇല്ലാത്തതിനാൽ ഒരു കോ-ഓപ്പറേറ്റിവ് സൊസൈറ്റി സ്ഥാപിച്ച് കൂട്ടുകൃഷി അടിസ്ഥാനത്തിൽ കൃഷി നടത്തു ന്നതാണ് കാര്യക്ഷമവും ഫലപ്രദവുമായി തീരുകയെന്ന് തീരുമാനി ക്കുകയും ചെയ്തു. ഈ അടിസ്ഥാനത്തിൽ കൂട്ടുകൃഷിയെ സംബന്ധിച്ച് ഒരു മെമ്മോറാണ്ടം പ്രസ്തുത യോഗം സ്വീകരിക്കുകയും 881 കൃഷിക്കാർ ഒപ്പുവെക്കുകയും ചെയ്തിട്ടുള്ള ഒരു മെമ്മോറാണ്ടം തളിപ്പറമ്പ് ഡെപ്യൂട്ടി തഹസിൽദാർ മുഖേന ചിറക്കൽ തഹസിൽദാർക്ക് സമർപ്പിക്കുകയും ചെയ്തിട്ടുണ്ടായിരുന്നു. അന്നെല്ലാം ഡെപ്യൂട്ടി തഹസിൽദാരും ഉക്കിടിയും ഇതിനെ അഭിനന്ദിക്കുകയും അനുഗ്രഹിക്കുകയുമാണ് ചെയ്തിട്ടുള്ളത്.

പിന്നീട് ഞങ്ങൾ കോ-ഓപ്പറേറ്റീവ് സൊസൈറ്റി സ്ഥാപിച്ച കിട്ടുവാൻ വേണ്ടി കോ-ഓപ്പറേറ്റീവ് ഡിപ്പാർട്ട്മെന്റിനെ സമീപിച്ചു. അവരും ഞങ്ങളെ വളരെയധികം അഭിനന്ദിക്കുകയും പ്രോത്സാഹിപ്പി ക്കുകയും ചെയ്തു. ആശാവഹമായിട്ടുള്ള ഇത്തരം പ്രോത്സാഹനങ്ങൾ കാണുമ്പോൾ ഞങ്ങൾക്ക് കൂടുതൽ സന്തോഷവും ഉത്സാഹവും തോന്നി. കോ-ഓപ്പറേറ്റീവ് സൊസൈറ്റിക്ക് അടിയന്തരമായും ഷയറുകൾ പിരിക്കുന്നതിന് വേണ്ടി എന്നെ കൺവീനറാക്കി മാങ്ങാ ട്ടുപറമ്പ് കൂട്ടുകൃഷി സംഘം സംഘടനാ കമ്മിറ്റി രൂപീകരിച്ചു. രണ്ടാഴ്ച്ച ള്ളിൽ ഞങ്ങൾക്ക് ആയിരത്തിൽപ്പരം ഉറുപ്പിക പിരിക്കാൻ സാധിച്ചു. അതിനിടയ്ക്ക്തന്നെ കോ-ഓപ്പറേറ്റീവ് സബ് രജിസ്ട്രാർ 08-08-46 ന് മാങ്ങാട്ടുപറമ്പ് സന്ദർശിക്കുകയും നാട്ടുകാരുടെ ഒരു പൊതുയോഗം അദ്ദേഹത്തിന്റെ അദ്ധ്യക്ഷതയിൽ ചേരുകയും ചെയ്തു. ആ യോഗത്തിൽ അദ്ധ്യക്ഷൻതന്നെ കോ-ഓപ്പറേറ്റീവ് സൊസൈറ്റിയുടെ പ്രാധാന്യം വിവരിക്കുകയും നാട്ടുകാർക്ക് വളരെയധികം ഉത്സാഹം തോന്നുകയും ചെയ്തു. ആ യോഗത്തിൽവെച്ച്തന്നെ 50 പേർ ഒപ്പിട്ട് നേരിട്ട് ഹരജിനൽ കുകയും 7 അംഗങ്ങൾ അടങ്ങുന്ന ഒരു താല്ക്കാലിക കമ്മിറ്റി രൂപീകരി ക്കുകയും എന്നെ കൺവീനറായി തെരഞ്ഞെടുക്കുകയും ചെയ്തു. ഇത് സംബന്ധിച്ച് എല്ലാ രേഖകളും റെക്കോർഡുകളും കോ-ഓപ്പറേറ്റീവ് ഡിപ്പാർട്ട്മെന്റിന് അയച്ചുകൊടുക്കുകയും ചെയ്തു.

ഇപ്പോൾ ഈ താല്ക്കാലിക കമ്മിറ്റിയാണ് മാങ്ങാട്ടപറമ്പിൽ കൂട്ടുകൃഷി അടിസ്ഥാനത്തിൽ കൃഷി നടത്തിപ്പോന്നത്. സാധാരണ പറമ്പ് കൃഷിയുടെ കാലം അവസാനിക്കാറായ ഘട്ടത്തിൽ വളരെയധികം കഷ്ടതകൾ സഹിച്ചും കൂടുതൽ ദ്രവ്യനഷ്ടം സഹിച്ചുകൊണ്ടും ഇത്രയും ച്ചുരുങ്ങിയ സ്ഥലം മാത്രമേ കിളച്ചിട്ടുവാനും 13000 പൂള കൊള്ളി നട്ട് പിടിപ്പിക്കാനും മാത്രമേ ഞങ്ങൾക്ക് സാധിച്ചുള്ളൂ.

ഇന്നത്തെ ഭയങ്കര ഭക്ഷ്യക്ഷാമ കാലത്ത് സാധന ദൗർല്യംകൊണ്ട് 16 ഔൺസിൽ നിന്ന് തുടങ്ങിയ റേഷൻ 8 ഔൺസ് വരെ ച്ചുരുങ്ങി യിട്ടുള്ള ഈ അവസരത്തിൽ അടുത്തതന്നെ 6 ഔൺസായി ച്ചുരു ക്കേണ്ടിവരുമെന്നും ഇതുവരെ ഉണ്ടാകാത്ത പട്ടിണി മരണം ഉണ്ടാ വാതിരിക്കാൻ സൂക്ഷിക്കണമെന്നും മറ്റ കലക്ടർമാർക്കും ലോക്കൽ ബോർഡ് ഉദ്യോഗസ്ഥർക്കും കല്പന കൊടുത്തിട്ടുണ്ടെന്നുമുള്ള മദിരാശി ഭക്ഷണോപമന്ത്രിയുടെ ഭയാശങ്കകളും താക്കീതും അടങ്ങിയിട്ടുള്ള പ്രസ്താ പനകളും പുറത്ത്‌വന്നിട്ടുള്ളപ്പോൾ ഭക്ഷണക്ഷാമം തീർക്കുന്നതിൽ തരിശ്ശുനിലങ്ങൾ കൃഷിചെയ്യാൻ തയ്യാറായുള്ളവർക്ക് ബോണസ്സും ഏക്കർക്ക് 15 ക. സൗജന്യ സഹായവും നൽകുമെന്ന് പ്രസ്താപിച്ചി രിക്കെ മിക്ക ഗവൺമെന്റ് ഓഫീസിലെ പൂന്തോട്ടങ്ങളും പറമ്പുകളും ഭക്ഷ്യോല്പാദന കേന്ദ്രങ്ങളാക്കി മാറ്റാനുള്ള ശ്രമങ്ങളും നടക്കുമ്പോൾ ഞങ്ങൾ മാങ്ങാട്ടപറമ്പിൽ കൃഷി ചെയ്തിട്ടുള്ളത് യാതൊരു വിധത്തിലും ക്രമവിരുദ്ധമോ അതിരുകവിഞ്ഞ തെറ്റായിട്ടുള്ളതോ ആയ പ്രവൃത്തി അല്ലെന്നും പറയുവാൻ ഞങ്ങൾക്ക് ധൈര്യമുണ്ട്.

ഞങ്ങൾ നട്ടുപിടിപ്പിച്ച 13000 മുരട് കൊള്ളിയിൽനിന്നും ശരാശരി ഒരു റാത്തൽ വീതം കിഴങ്ങ് കിട്ടുകയാണെങ്കിൽ ഇന്നത്തെ 8 ഔൺസ് റേഷൻ പ്രകാരം 26000 പേർക്ക് ഒരു ദിവസത്തേക്കുള്ള ഭക്ഷണമായി. 100 ആളുകൾക്ക് 6 മാസത്തിൽ അധികമുള്ള ഭക്ഷണമായി. അത്രയും ആളുകൾ പട്ടിണികൊണ്ട് മരിക്കാതിരിക്കാമെന്ന് ഞങ്ങൾ ആശ്വസി ക്കുന്നുണ്ട്.

ഗവൺമെന്റിന്റെ തന്നെ ഭക്ഷ്യോല്പാദനത്തിലും അതിനെ സംബ ന്ധിച്ച് പ്രസ്താവനകളിലും പരസ്യങ്ങളിലും വിശ്വസിച്ചുകൊണ്ടും പട്ടി ണികൊണ്ട് മരിക്കാൻ ഇടയുള്ളതായ നമ്മുടെ നാട്ടിലെ പാവപ്പെട്ട നാട്ടുകാരെ വളരെയധികം സ്നേഹിച്ചുകൊണ്ടും ഞങ്ങൾ നാട്ടുകാരുടെ സഹായസഹകരണത്തോടും കൂടിയാണ് മാങ്ങാട്ടപറമ്പിൽ കൃഷി ചെയ്യവരുന്നത്. അതല്ലാതെ തരിശ്ശായി കിടക്കുന്ന മാങ്ങാട്ടപറമ്പ് കൃഷിചെയ്ത് ഞങ്ങളുടെ സ്വന്തമാക്കി വെക്കാനുള്ള ദുരുദ്ദേശത്തോടുകൂ ടിയല്ല കൃഷി ആരംഭിച്ചിട്ടുള്ളത്. അതുകൊണ്ട് ഞങ്ങൾ ഇക്കാര്യത്തിൽ

യാതൊരുതരത്തിലും ശിക്ഷാർഹരല്ലെന്ന് മാത്രമല്ല മാങ്ങാട്ടപറമ്പ് കൂട്ടുകൃഷി സംഘത്തെ അടിയന്തിരമായും കോ-ഓപ്പറേറ്റീവ് ഡിപ്പാർ ട്ട്മെന്റിനെകൊണ്ട് അംഗീകരിപ്പിച്ച് മാങ്ങാട്ടപറമ്പ് മുഴുവൻ കൃഷി ചെയ്യമാറാക്കി തീർക്കുവാൻ നിങ്ങൾ കോ-ഓപ്പറേറ്റീവ് ഡിപ്പാർട്ട്മെ ന്റിനോട് ശുപാർശ ചെയ്യുവാനും ഞങ്ങൾ വണക്കമായി വീണ്ടും വീണ്ടും അഭ്യർത്ഥിക്കുന്നു.

29-04-46കെ.പി.ആർ.രയരപ്പൻ നമ്പ്യാർ

കൺവീനർ

മാങ്ങാട്ടപറമ്പ് കൂട്ടുകൃഷി സംഘാടകസമിതി

II

ഇന്ത്യൻ സ്വാതന്ത്ര്യം എന്ന സ്വപ്നം യാഥാർത്ഥ്യമായെങ്കിലും കോടിക്കണക്കിന് ജനങ്ങളുടെ ദീർഘകാലത്തെ ത്യാഗോജ്ജ്വലമായ പ്രവർത്തനങ്ങളുടെ യഥാർത്ഥമായ ഫലപ്രാപ്തിയാണോ കൈവരിച്ചത്. കേവല രാഷ്ട്രീയ സ്വാതന്ത്ര്യത്തിനപ്പറം സാമ്പത്തികവും അവസരസമ ത്വത്തിലും സാമൂഹ്യ നീതിയിൽ അധിഷ്ഠിതവുമായ സ്വാതന്ത്ര്യത്തിലേക്ക് എത്തിച്ചേരണ്ടതില്ലേ എന്ന ചിന്ത ബാക്കിയായി. എങ്കിലും സ്വാതന്ത്ര്യ ദിനം സമുചിതമായി ഉത്സാഹപൂർവ്വം ആഘോഷിച്ചു. രണ്ടാംലോക മഹായുദ്ധം വരുത്തിവെച്ച സർവ്വ നാശത്തിൽനിന്നും ജനം വിമോ ചിതരായിരുന്നില്ല. ജന ജീവിതം ദുരിതപൂർണ്ണമായി തന്നെ ഇടർന്നു. പട്ടിണിയും ദാരിദ്ര്യവും രോഗവും വിട്ട് മാറാതെ ജനത വലഞ്ഞു. തൊഴിലാളി കർഷക പോരാട്ടങ്ങൾ സ്വാതന്ത്ര്യ സമരവുമായി ബന്ധ പ്പെട്ട അനുഭവങ്ങൾ ഭക്ഷ്യോല്പാദനത്തിനും പകർച്ചവ്യാധി പ്രതിരോ ധത്തിനുമായി രൂപപ്പെട്ട ജനകീയ കൂട്ടായ്മകൾ ചെറുത്ത് നിൽപ്പുകൾ പുരോഗമന ജനാധിപത്യ ആശയങ്ങൾ ഉയർത്തിവിട്ട ശാസ്ത്രീയ സാമൂഹ്യ സൃഷ്ടിയെക്കുറിച്ചുള്ള ലക്ഷ്യബോധം കൊടിയ യാതനയ്ക്കിട യിലും പിടിച്ചുനിൽക്കാനും മുന്നോട്ട് പോകാനുമുള്ള ആത്മബോധവും ഇഛാശക്തിയും ജനങ്ങളിലുണ്ടാക്കി.

സ്വാതന്ത്ര്യദിനപ്പുലരിയെപറ്റി എ.കെ.ജി തന്റെ ആത്മകഥയിൽ ഇങ്ങനെ അയവിറക്കി. '1947 ആഗസ്റ്റ് 14 ന് ഞാൻ ഭീമാകാരമായ കണ്ണൂർ ജയിലിൽ ഏകാന്തതടവിൽ ആയിരുന്നു. വേറെ ഡെറ്റ്ന്യൂ തടവുകാർ ആരുമുണ്ടായിരുന്നില്ല.... സൂര്യോദയത്തിനശേഷം നടത്താ നിരിക്കുന്ന ആഘോഷം കാത്തിരിക്കുന്ന രാജ്യം മുഴുവനും. അവരിൽ എത്രയോപേർ വർഷങ്ങളായി ഇതിനായി കാത്തിരിക്കുകയായിരുന്നു.

അതിനായി അവർ പോരാടിയിരുന്നു. അവരുടെതായ എല്ലാം ഇതിനായി പരിത്യജിച്ചിരുന്നു. എനിക്ക് സന്തോഷവും ദുഃഖവും ഉണ്ടായി. എന്റെ യുവത്വം മുഴുവൻ ഞാൻ പരിത്യജിച്ചത് ഏതൊരു ലക്ഷ്യത്തിനു വേണ്ടിയായിരുന്നുവോ, ഇപ്പോഴും ഞാൻ തടവിൽ കഴിയുന്നത് എന്തിന് വേണ്ടിയാണോ ആ ലക്ഷ്യം സമാഗതമായിരിക്കുന്നു. അതാണ് എന്റെ സന്തോഷം. പക്ഷേ ഞാൻ ഇപ്പോഴും തടവുകാരനാണ്. എന്നെ തടവി ലിട്ടത് ഇന്ത്യക്കാരാണ്. കോൺഗ്രസ് ഗവൺമെന്റാണ്; ബ്രിട്ടീഷുകാരല്ല. 1927 മുതല്ലുള്ള സംഭവങ്ങൾ എന്റെ മനസ്സിലൂടെ കടന്നുപോയി. കേരള ത്തിലെ കോൺഗ്രസ് പ്രസ്ഥാനത്തിൽ ഞാൻ വഹിച്ച പങ്കിൽ എനിക്ക് അഭിമാനം തോന്നി. കേരളത്തിലെ കോൺഗ്രസ്സിന്റെ സെക്രട്ടറിയായി രുന്ന ഒരാൾ കുറച്ചുകാലം അതിന്റെ പ്രസിഡണ്ടായിരുന്ന ഒരു മനുഷ്യൻ, ദീർഘകാലത്തെ എ.ഐ.സി.സി മെമ്പർ ആഗസ്റ്റ് 15 ആഘോഷിച്ചത് ജയിലിൽ.'

സ്വാതന്ത്ര്യസമരം ആഘോഷിക്കാൻ കമ്മ്യൂണിസ്റ്റ് പാർട്ടി ആഹ്വാനം ചെയ്തു. പാർട്ടി സംസ്ഥാന സെക്രട്ടറിയായ പി.കൃഷ്ണപ്പിള്ള 1947 ആഗസ്റ്റ് 13 ന്റെ ദേശാഭിമാനിയിൽ പുറപ്പെടുവിച്ച പ്രസ്താവന: 'ആഗസ്റ്റ് 14 ന് രാത്രി 12 മണിക്ക് ശേഷം കോഴിക്കോട് കമ്മ്യൂണിസ്റ്റ് പാർട്ടി ഓഫീസിൽ രാഷ്ട്രപതാക വന്ദനം നടത്തുന്നതാണ്... അതിന് കോഴിക്കോട്ടെ എല്ലാ പാർട്ടിമെമ്പർമാരും അനുഭാവികളും എത്തിച്ചേരണം. പതാക വന്ദനം കഴിഞ്ഞാൽ വിവിധ സാംസ്കാരിക പരിപാടികളും നടത്തുന്നതായി രിക്കും'

1948 ൽ കമ്മ്യൂണിസ്റ്റ് പാർട്ടിയുടെ രണ്ടാം കോൺഗ്രസ് കൽക്കത്ത യിൽ സമ്മേളിക്കുന്നത് ഈ സാഹചര്യത്തിലാണ്. ഇപ്പോൾ ലഭിച്ചിട്ട ുള്ള സ്വാതന്ത്ര്യം രാഷ്ട്രീയ സ്വാതന്ത്ര്യം മാത്രമാണെന്നും സാമൂഹ്യമായ അടിച്ചമർത്തൽ അവസാനിപ്പിച്ച് ജന്മിത്വവും മുതലാളിത്തവും ഇല്ലാത്ത സോഷ്യലിസ്റ്റ് സമൂഹം സൃഷ്ടിക്കുന്നതിനുള്ള സമരം തുടരണമെന്നും കമ്മ്യൂണിസ്റ്റ് പാർട്ടി വിലയിരുത്തി. പുന്നപ്ര വയലാർ, തെലങ്കാന രീതിയിൽ വിപ്ലവ സമരം നടത്തണം. കോൺഗ്രസ് ഗവൺമെന്റിനെ വിപ്ലവകരമായി അധികാര ഭ്രഷ്ടരാക്കുക. തെലങ്കാന മാർഗ്ഗം നമ്മുടെ മാർഗ്ഗം അതിനാവശ്യമായ വിപ്ലവ പരിപാടികൾ ആവിഷ്ക്കരിച്ച് ത്വ രിതഗതിയിൽ മുന്നോട്ട് പോകാനാണ് കൽക്കട്ട പാർട്ടി കോൺഗ്രസ് തീരുമാനിച്ചത്. ഇന്ത്യൻ ജനതയോട് പാർട്ടി സായുധ വിപ്ലവത്തിന് ആഹ്വാനം ചെയ്തു. കമ്മ്യൂണിസ്റ്റ് പാർട്ടിയുടെ പാർട്ടി പരിപാടി ചരിത്ര ത്തിൽ "കൽക്കത്ത തിസീസ്" എന്നറിയപ്പെടുന്നത് പ്രസ്തുത തീരുമാന മാണല്ലോ. ഇതിനെ തുടർന്ന് നെഹ്റു ഗവൺമെന്റ് ഇന്ത്യൻ കമ്മ്യൂണിസ്റ്റ്

പാർട്ടിയെ നിരോധിക്കുകയും നേതാക്കളെയും പ്രവർത്തകരേയും വേട്ടയാടി ഇറങ്കലിൽ അടയ്ക്കാനം തുടങ്ങി. മൊറാഴയില്ലം പരിസര പ്രദേ ശങ്ങളില്ലം ക്രൂരമായ അടിച്ചമർത്തലുകൾ ഭീകരമായി നടന്നു. പാർട്ടി അനുഭാവികളെപ്പോലും ക്രൂരമായി പീഡിപ്പിച്ചു. കെ.പി.സി.സി. പ്രസിഡ ന്റായിരുന്ന കെ.കേളപ്പൻ തന്റെ മലബാർ പര്യടനത്തിനിടയിൽ കമ്മ്യൂ ണിസ്റ്റ്കാരെ കുറുനരികളെപോലെ വേട്ടയാടണമെന്ന കീച്ചേരിയിലെ പൊതുയോഗത്തിൽ പ്രസംഗിക്കുകയുണ്ടായി. നാട്ടുനീളെ പോലീസ് മർദ്ദന ക്യാമ്പുകൾ ഇറന്നു. എം.എസ്.പി.ക്കാർ ഗ്രാമഗ്രാമാന്തരങ്ങ ളിൽ കമ്മ്യൂണിസ്റ്റ് പാർട്ടി പ്രവർത്തകരേയും നേതാക്കളേയും കണ്ടെ ത്താൻ അരിച്ചപെറുക്കി നടന്നു. "രാജ്യരക്ഷാ-സമാധാന സംഘം" എന്ന പേരിൽ കോൺഗ്രസ് ഒരു വളണ്ടിയർ സേന രൂപീകരിച്ചു. ഇവരാണ് കുപ്രസിദ്ധരായ 'കുറുവടി സംഘക്കാർ'. മൊറാഴയിലെ പ്രസ്തുത സംഘത്തിന്റെ നേതാക്കൾ പി.വി.കുഞ്ഞിക്കണ്ണൻ കുറുപ്പം കുട്ടിയപ്പയും കല്ല്യാശ്ശേരിയിൽ പട്ടാളത്തിൽ നിന്നും പിരിഞ്ഞുവന്ന ആറോൺ മിൽ വാച്ച്മാൻ കൂടിയായിരുന്ന എം.വി.ഗോവിന്ദൻ നമ്പ്യാരും ആയിരുന്നു. 1948 മാർച്ച് 2 ന് മദ്രാസ് ഗവൺമെന്റ് പൊതുസുരക്ഷ ഓഡിനൻസ് എന്ന നിയമം പ്രാബല്യത്തിൽ വരുത്തി. ചിറക്കൽ താല്ലൂക്ക് അസ്വസ്ഥ ബാധിത പ്രദേശമായി പ്രഖ്യാപിച്ചു. അതുവഴി ഡിസ്റ്റർബെൻസ് ആക്ട് ഇവിടെ നടപ്പിലായി. പോലീസ് സബ്ഇൻസ്പെക്ടർമാർക്ക് വിപ്ലവ കാരികളെ കണ്ടാൽ വെടിവച്ചുകൊല്ലാൻ ഇതുവഴി അധികാരം ലഭിച്ചു. മൊറാഴയില്ലം പരിസരപ്രദേശങ്ങളില്ലം കമ്മ്യൂണിസ്റ്റ്കാരെ കണ്ടാൽ പിടിച്ചുകൊട്ടക്കണമെന്ന് കോൺഗ്രസ്സുകാർ ബോർഡുവെച്ചു. 1948 മെയ് 9ന് കെ.കേളപ്പൻ പാപ്പിനിശ്ശേരിയിൽ ഇങ്ങനെ പ്രസംഗിച്ചു. 'കമ്മ്യൂണി സ്റ്റ് പാർട്ടി രാഷ്ട്രീയ പാർട്ടി അല്ല. കൊള്ള പാർട്ടിയാണ്. കൊള്ളക്കാരെ പിടിച്ചുകൊട്ടക്കുന്നത് നാട്ടുകാരോടും ഗവൺമെന്റിനോട്ടും ഈശ്വരനോ ട്ടും ചെയ്യുന്ന നീതി മാത്രമായിരിക്കും.' (മാതൃഭൂമി 1948 മെയ് 10)

കാക്കിട്രൗസറും വെള്ളബനിയനുമായിരുന്ന വളണ്ടിയർമാരുടെ യൂനിഫോം-പുളിങ്കൊമ്പിൽ തീർത്ത കുറുവടിയായിരുന്ന ആയുധം. കുറുവടി സംഘം ക്യാപ്റ്റന്റെ വേഷം പോലീസ് ഇൻസ്പെക്ടറുടെത് ആയിരുന്നു. ബക്കളത്തും മാങ്ങാട്ടും ചങ്കത്തും മർദ്ദന കേന്ദ്രുകൾ ഉണ്ടാ യിരുന്നു. കോൺഗ്രസ്സ് അല്ലെന്ന് തോന്നുന്ന ആരെയും എം.എസ്. പി.യുടെ സഹായത്താൽ പിടിച്ചു. സ്ഥലത്തുവച്ചും കേമ്പിൽവച്ചും മൃഗീയമായി മർദ്ദിച്ചിരുന്നു. അതോടൊപ്പം രാജ്യദ്രോഹകുറ്റം ചുമത്തി ജയിലിൽ അടക്കുക, ശിക്ഷകഴിഞ്ഞ് വരുമ്പോൾ വീണ്ടും അതേ കള്ള കേസ് ചാർജ്ജ് ചെയ്ത് ജയിലിൽ അടക്കുക എന്നിങ്ങനെയായിരുന്നു.

മൊറാഴയില് ഐക്കാല് രാമന് എന്നവരുടെ കടയുടെ പരിസരത്ത് ഇതൊരു നിത്യസംഭവമായിരുന്നു. മൊറാഴയില്ലും പരിസര പ്രദേശങ്ങളി ല്ലും സാധാരണക്കാരായ ആളുകള്ക്ക് പോല്ലും യാത്രചെയ്യണമെങ്കില് കോണ്ഗ്രസ്സ് നേതാവായ കെ.ടി. ഗോപാലന് നമ്പ്യാര് ഒപ്പിട്ടുകൊട ക്കുന്ന 'കമ്മ്യൂണിസ്റ്റ് അല്ല' എന്ന കത്ത് കയ്യില് കരുതണമായിരുന്നു. മര്ദ്ദനം പേടിച്ചും ഭീഷണിയില് കീഴ്പെട്ടും പലരും കോണ്ഗ്രസ്സ് കമ്മിറ്റിയുടെ നിര്ദ്ദേശപ്രകാരം കമ്മ്യൂണിസ്റ്റ് പാര്ട്ടിയില്നിന്നും രാജി വെച്ചതായി നോട്ടീസ് അച്ചടിച്ച് പ്രസിദ്ധീകരിക്കേണ്ടിവന്നു. ചില പാര്ട്ടി അനുഭാവികള്പോല്ലും അങ്ങിനെ ചെയ്യാന് നിര്ബന്ധിതരായി. രാജിവെപ്പിച്ചവരെ നിര്ബന്ധിച്ച് 'കുറുവടി സംഘ'ത്തില് ചേര്ത്തിരു ന്നു. കമ്മ്യൂണിസ്റ്റുകാരെ വേട്ടയാടുന്നതിന് കൂട്ടുനിന്ന് അവര് കുറുതെ ളിയിക്കണമായിരുന്നു. മൊറാഴയില് പലരും അങ്ങിനെ ചെയ്യാന് നിര്ബന്ധിതരായി. എന്നാല് അവരില് പലരും രഹസ്യമായി അതത് അവസരത്തില് പാര്ട്ടിക്ക് പോലീസിന്റെയും ഗുണ്ടകളുടെയും നീക്ക ങ്ങള് സംബന്ധിച്ച് വിവരങ്ങള് കൈമാറിയിരുന്നു.

മര്ദ്ദനങ്ങള്ക്ക് പുറമെ കവര്ച്ചയും മാനഭംഗപ്പെടുത്തല്ലും നടന്നു. പാച്ചേനി അനുസ്മരിക്കുന്നു. "പോലീസുകാര് ഒരു ദിവസം എന്നെ കസ്റ്റഡിയിലെടുത്ത് ഒളിവില് പാര്പ്പിച്ചവരെ കണ്ടെത്തുന്നതിന് പറശ്ശി നിമടപ്പുരയിലെത്തി. അവിടെ സര്ച്ച് നടത്തി. പരിശോധനക്കിടയില് അവിടെ സ്ത്രീകള് പലയിടത്തായി സൂക്ഷിച്ച പണവും ആഭരണങ്ങളും പോലീസുകാര് കൈക്കലാക്കി. മടപ്പുരയിലെ കരിഞ്ചിയേടത്തി പോലീ സുകാര്ക്കെതിരെ ചീറിയടുത്തു. മോഷ്ടിച്ച കുറെ സാധനങ്ങള് പോലീ സുകാര്ക്ക് തിരിച്ചുകൊടുക്കേണ്ടി വന്നു".

കാന്തലോട്ട് കുഞ്ഞമ്പുവിനെയും സഹോദരന് കരുണനെയും പിടി കിട്ടാതിരുന്നതില് കോപിഷ്ടരായ വളണ്ടിയര് സംഘം അവരുടെ ഓടിട്ട ഇരുനില വീട് ഒരു ദിവസം രാത്രി പൂര്ണ്ണമായും അടിച്ചുതകര്ത്തു. വീട്ടില് ഉണ്ടായിരുന്ന പശുവിനെ കിണറ്റിലിട്ടു. കിണറിന്റെ ചുറ്റുമതില് പൊളിച്ച് കിണറിലിട്ടു. കാന്തലോട്ട് പശുവായി വേഷം മാറി നില്ക്കുന്നുവെന്നാണ് അവര് വിശ്വസിച്ചിരുന്നത്. പി.കൃഷ്ണപിള്ള അടക്കമുള്ള കമ്മ്യൂണിസ്റ്റ് നേതാക്കള്ക്ക് അവസരത്തിനൊത്ത് ഇഷ്ടംപോലെ പല ജീവികളായി വേഷംമാറാന് കഴിയുമെന്ന് വിശ്വസിച്ചവരും വളണ്ടിയര് സേനയില് ഉണ്ടായിരുന്നു. 1948ല് കെ.പി.ആര്.ഗോപാലന്, കാന്തലോട്ട കുഞ്ഞമ്പു എന്നിവരെ മയ്യില് നിന്നും പോലീസും ഗുണ്ടകളും ചേര്ന്ന് പിടിച്ച് കുറ്റി ച്ചൂലും ചെരുപ്പുമാലയും അണിയിച്ച് കണ്ണൂരിലേക്ക് നടത്തിച്ചുകൊണ്ടു പോയി. വഴിയില്ലുടനീളം പോലീസും ഗുണ്ടകളും ചേര്ന്ന് ഇവരെ മര്ദ്ദിച്ചു.

1948 ൽ പാർട്ടിയെ നിരോധിച്ചകാലത്ത് നേതാക്കൾക്കും പ്രവർ ത്തകർക്കും സംരക്ഷണമൊരുക്കി ശക്തമായ പ്രതിരോധം തീർത്ത പ്രദേശമാണ് മൊറാഴ. മൊറാഴ കാന്തലിലെ പാലോർകുന്ന് എത്ര യോനേതാക്കളുടെ ഒളിത്താവളമായിരുന്നു. ഈ കുന്ന് 'മോസ്കോ' എന്നാണ് അറിയപ്പെട്ടിരുന്നത്. ഗുണ്ടകളും പോലീസും കുന്നിൽ റെയ്ഡ് നടത്തുന്നതിന് ഭയപ്പെട്ടിരുന്നു. ചുറ്റുപാടുമുള്ള ജനങ്ങൾ നേതാക്കൾക്ക് എല്ലാവിധ സംരക്ഷണവും തീർത്തു. ഔദ്യോഗിക പാർട്ടിരേഖയിൽ കാണാൻ കഴിയാത്ത ത്യാഗധനരായ നിരവധി പ്രവർത്തകർ മൊറാഴയിൽ ഉണ്ടായിരുന്നു.

മൊറാഴയുടെ രാഷ്ട്രീയ സാമൂഹ്യ സാംസ്കാരിക വിദ്യാഭ്യാസ മേഖലയിലെ നിറസാന്നിദ്ധ്യമായിരുന്ന സി.എച്ച്.നാരായണൻ മാസ്റ്റർ ആധുനിക മൊറാഴയുടെ സൃഷ്ടികർത്താക്കളിൽ പ്രഥമ ഗണനീയനാണ്. പാച്ചേനി കുഞ്ഞിരാമൻ മുതലുള്ള കമ്മ്യൂണിസ്റ്റ് പാർട്ടി നേതാക്കളും പ്രവർത്തകരും തങ്ങളുടെ ഇരുസ്ഥാനത്ത് പ്രതിഷ്ഠിച്ചി രുന്നത് സി.എച്ചിനെയാണ്. മൊറാഴയിൽ കമ്മ്യൂണിസ്റ്റ് പാർട്ടിയും പ്രസ്ഥാനവും കെട്ടിപ്പടുക്കുന്നതിനും അതിനെ ശരിയായ ദിശയിൽ നയിക്കുകയും ചെയ്തതിൽ ത്യാഗോജ്ജ്വലമായ കർമ്മശേഷിയാണ് സി.എച്ച് കാഴ്ച വെച്ചത്. അതിന്റെ ഭാഗമായി സഹിക്കേണ്ടി വന്ന കൊടിയ മർദ്ദനവും ലോക്കപ്പ് പീഠനവും വിവരണാതീതമാണ്. 1948 ൽ പാർട്ടി നിരോധനത്തെ തുടർന്ന് ഏറ്റ പോലീസ്ഗുണ്ടാ മർദ്ദനം ഒരു കണ്ണിന്റെ കാഴ്ച എന്നന്നേക്കുമായി നഷ്ടപ്പെടുത്തി. ദേശരക്ഷാ സേനയെന്ന കുറുവടി ഗുണ്ടാ സേനയെ ആക്രമിച്ചു എന്നപേരിൽ കള്ളക്കേസിൽ പെടുത്തി ആറുമാസം ജയിലിൽകിടത്തി. ജയിലിൽ കിടന്നതിന്റെ ഭാഗമായി അധ്യാപക സർട്ടിഫിക്കറ്റ് സസ്പെന്റ് ചെയ്യപ്പെട്ടു. ആറോൺ കമ്പനിയിൽ ലെനിൻ ബാഡ്ജ് വിതരണം ചെയ്തതിന്റെ പേരിൽ തൊഴിലിൽ നിന്നും പിരിച്ചുവിടപ്പെട്ടു. പോലീസ് ഗുണ്ടാ മർദ്ദനത്തെതുടർന്ന് പാർട്ടി നിർദ്ദേശാനുസരണം കോഴിക്കോട് ദേശാഭിമാനിയിലേക്ക് താമസം മാറ്റേണ്ടിവന്ന സി.എച്ചിനെ തന്റെ പതിനാറാം വയസ്സിൽ എ.വി കുഞ്ഞമ്പുവാണ് പാർട്ടി അംഗത്വം കൊടുക്കുന്നത്. അതിനു മുമ്പ് തന്നെ സി.എച്ചും ബാലസംഘത്തിന്റെ പ്രവർത്തകനായി മാറിയിരുന്നു. 1948 ഡിസംബർ 28 ന് കല്യാശ്ശേ രിയിൽ രൂപീകൃതമായ ദേശീയ ബാലസംഘം സമ്മേളനത്തിൽ പ്രതിനിധിയായിരുന്നു. ബക്കളത്ത് നടന്ന പത്താം കേരള രാഷ്ട്രീയ സമ്മേളനത്തോടനുബന്ധിച്ച് നടന്ന ബാലസംഘം സമ്മേളനത്തിലും സി.എച്ച് പങ്കെടുക്കുകയുണ്ടായി. തുടർന്ന് പാർട്ടി വിദ്യാർത്ഥി സെൽ

 രൂപീകരിക്കുകയും അതിന്റെ സെക്രട്ടറിയായി സി.എച്ചിനെ നിശ്ചയി ക്കുകയും ചെയ്തു. വിദ്യാർത്ഥി ഫെഡറേഷൻ ആയിരിക്കേ ചെറുകുന്നിൽ നിന്നും പയ്യന്നൂരിലേക്കു പോയ വിദ്യാർത്ഥി ജാഥ നയിച്ചത് സി.എച്ച് ആയിരുന്നു. തുടർന്ന് ജനകീയ യുദ്ധത്തിൽ പങ്കെടുക്കുന്നതിന് പാർ ട്ടിയുടെ അനുവാദത്തോടെ പട്ടാള സേവനം അനുഷ്ഠിക്കുകയുണ്ടായി. മൊറാഴയിലെ ആദ്യത്തെ ദേശാഭിമാനി ഏജന്റായിരുന്ന സി.എച്ച് ദേശാഭിമാനി ഫണ്ട് ചേർക്കുന്നതിലും പത്രപ്രചാരണത്തിലും നേതൃത്വ പരമായ പങ്ക് വഹിച്ചു. പാർട്ടി നിർദ്ദേശാനുസരണം കോഴിക്കോടിൽ നിന്നും മാടായിയിൽ എത്തിച്ചേർന്ന് ഫർക്കാസെക്രട്ടറിയുടെ ചുമതല വഹിച്ചു. 1951 ൽ പാർട്ടി പരസ്യപ്രവർത്തനം ആരംഭിച്ചപ്പോൾ സി.എച്ച്. പാർട്ടിയുടെയും തുടർന്ന് അധ്യാപക പ്രസ്ഥാനത്തിന്റെയും നേതൃനിര യിലെത്തി.

ഒരു മാതൃകാ കമ്മ്യൂണിസ്റ്റായി ജീവിതം നയിച്ച സി.എച്ചിന്റെ വിവാഹവും മാതൃകാപരമായിരുന്നു. ജാതി ശക്തികളുടെ എതിർപ്പിനെ അവഗണിച്ചുകൊണ്ടാണ് സി.എച്ച് പി.നാണിടീച്ചറെ തന്റെ സഹധർ മ്മിണിയാക്കിയത്. പിന്നീട് തളിപ്പറമ്പ് താലൂക്ക് പാർട്ടി കമ്മിറ്റി മെമ്പ റാകുകയും 1958 ഓടെ താമസം മൊറാഴയിലേക്ക് മാറ്റുകയും ചെയ്തു.

മൊറാഴയിലെ സഹകരണ സ്ഥാപനങ്ങളുടെ രൂപീകരണത്തി ലും വളർച്ചയിലും സി.എച്ച് മാതൃകാപരമായ പങ്ക് വഹിച്ചു. ഒട്ടേറെ സഹകരണ സ്ഥാപനങ്ങളുടെ ഭാരവാഹിയായിരുന്നു. മൊറാഴ ഗവൺമെന്റ് ഹൈസ്കൂളിന്റെ സ്ഥാപക കമ്മിറ്റി സെക്രട്ടറിയായി ത്യാഗപൂർവ്വമായ പ്രവർത്തനമാണ് സി.എച്ച് കാഴ്ചവെച്ചത്.

ഏതാനം ചിലരെക്കുറിച്ച്

1940ലെ മൊറാഴ സംഭവത്തിൽ പങ്കെടുത്ത കർഷകസംഘം പ്രവർത്തകനായിരുന്ന കെ.വി.ചൊട്ടരാമൻ. വളരെ ധീരനായ രാമൻ കർഷക സംഘം അക്കാലത്ത് നടത്തിയ എല്ലാ സമരങ്ങളിലും ചെറുത്ത് നില്പ്പിലും മുൻനിരയില്ലുണ്ടായിരുന്നു. മൊറാഴ സംഭവത്തിൽ പരിക്കേറ്റ സമരഭടൻമാരെ ചികിത്സിച്ച് ഭേദമാക്കുന്ന തിന് അക്കാലത്തെ പ്രമുഖ വൈദ്യനും കർഷക സംഘം പ്രവർത്ത കനുമായിരുന്ന മൈക്കീൽ കണ്ണൻ വൈദ്യരെ സഹായിച്ച സന്നദ്ധ സംഘത്തിലെ പ്രധാനിയായിരുന്നു. മാങ്ങാട്ടപറമ്പ് ഭക്ഷ്യോൽപാദന സമരത്തിന്റെ നായക സ്ഥാനത്ത് രാമനുണ്ടായിരുന്നു. ഹരി ജനങ്ങൾക്ക് ഭൂമിയിലവകാശം സ്ഥാപിച്ചുകിട്ടുന്നതിനുവേണ്ടിയുള്ള സമരത്തിൽ ചൊട്ടരാമൻ മുൻനിരയിൽ നിന്ന പ്രവർത്തിച്ചു. കോല ത്തുവയലിലേക്ക് കാളകളെയും തെളിച്ച് കന്നുപൂട്ടാൻ പോയിരുന്ന രാമന്റെ വഴിയിൽ പെട്ട ചന്ദ്രോത്ത് ജന്മിയോട് 'മാറിക്കോ, നിങ്ങളെ കോപ്പൊന്നും മൂരി കൂട്ടാക്കുല്ലാ' എന്ന പറഞ്ഞ രാമന്റെ പരാമർശം പിൽക്കാലത്ത് ഈ പ്രദേശത്ത് ഭൂപ്രമാണിമാർക്കെതിരെ പൊതുവെ ഉപയോഗിച്ച വന്ന ഒരു ഭാഷാ ശൈലിയായി മാറി. കർഷകസംഘം മൊറാഴ വില്ലേജിന്റെ പ്രസിഡന്റായി കുറേക്കാലം പ്രവർത്തിച്ച രാമൻ അഖിലേന്ത്യാ കിസാൻ സഭ സമ്മേളനത്തിൽ പ്രതിനിധിയായിരുന്നു. 1946 ലെ കോളറക്കെതിരായ ചെറുത്ത് നിൽപ് പ്രവർത്തനത്തിലും രാമൻ നേതൃത്വപരമായ പങ്ക് വഹിച്ചു. മൊറാഴ തെങ്ങുചക്കര ഉല്പാദക സഹകരണ സംഘത്തിന്റെ സ്ഥാപക ഡയരക്ടറായിരുന്നു.

പാർട്ടിയുടെ ആദ്യകാല പ്രവർത്തകനും എല്ലാരംഗത്തും ഇടപെട്ട് കൊടിയമർദ്ദനവും പീഡനവും ജയിൽവാസവും ഏറ്റുവാങ്ങിയ നമ്മെ ആവേശഭരിതരാക്കുന്ന തരോൽ നാണ ഒരവസരത്തിൽ തന്റെ മനസ്സ് തുറന്നതിങ്ങനെയാണ്. 'ഗുണ്ടകളുടെയും പോലീസിന്റെയും മൃഗീയമർദ്ദനം ഏൽക്കുമ്പോഴും ഒരു പുതിയ സാമൂഹ്യ സൃഷ്ടിക്കായുള്ള നൊമ്പരമായിട്ടാണ് ഞങ്ങൾ അതിനെ കണ്ടിട്ടുള്ളൂ. ഗുണ്ടകളുടെയും പോലീസിന്റെയും ക്രൂരമായ മർദ്ദനം ഏൽക്കേണ്ടിവന്നത് എള്ളരിഞ്ഞി സമരത്തെയുടർന്ന് അവിടെനിന്നും പിടിച്ചെടുത്ത തോക്കുകൾ ആദ്യ ഘട്ടത്തിൽ പാലോർകുന്നിലെ ഒരു ഗുഹയിൽ ഒളിപ്പിച്ചതും പിന്നീട് സ്വന്തം വീടിന്റെ അട്ടക്കളയിൽ കഴിച്ചിട്ടത് തിരികെ എടുത്തപ്പോൾ അതിലൊരെണ്ണം മരഭാഗം ചിതൽതിന്ന് നശിച്ച്പോയതും പാർട്ടി നേതാക്കളെയും പ്രവർത്തകരെയും മർദ്ദിച്ച ഗുണ്ടകളെയും ഒറ്റുകാരെയും കൈകാര്യം ചെയ്തത്, ഒരു പ്രത്യയശാസ്ത്രത്തിന്റെ ഭാഗമായ ഉൾബലമാ ണെന്ന് ഇന്ന് ധരിക്കുന്നു. നിരവധിപേർക്ക് പാർട്ടി പ്രവർത്തനത്തിനി ടയിൽ ജയിൽവാസം അനുഭവിക്കേണ്ടിവന്നിട്ടുണ്ട്.'

പാർട്ടി നേതാക്കളെ ഒളിവിൽ പാർപ്പിച്ചതിന്റെ പേരിൽ കള്ള ക്കേസിൽ കുടുക്കി ജയിലിൽ അടച്ച തരോൽ കോരൻ ജയിൽ ശിക്ഷ കഴിഞ്ഞ് തിരിച്ചെത്തുമ്പോൾ പാതിവഴിയിൽ നിന്നുപോയ തന്റെ വീടിന്റെ നിർമ്മാണ പ്രവർത്തനം പൂർത്തിയാക്കിക്കൊണ്ടാണ് നാട്ടുകാർ സ്വീകരിച്ചത്. ദീർഘകാലം ഞാത്തിലെ പാർട്ടിസെല്ലിൽ അംഗമായിരുന്ന ടി.പി.ഗോവിന്ദൻ, കൊളത്തൂർ കണ്ണൻ, ബക്കൻ ന്റെകത്ത് മുഹമ്മദ് എന്നിവർ ഞാത്തിൽ പാർട്ടിയുടെയും കർഷക സംഘത്തിന്റെയും സജീവ പ്രവർത്തകരായിരുന്നു. കൈരളി വായനശാ ലയുടെ സ്ഥാപക പ്രസിഡന്റായ ചെമ്മൻനായർ വളരെക്കാലം പാർട്ടി സെല്ലിൽ അംഗവുമായ ചെമ്മൻനായർ വളരെക്കാലം പാർട്ടിസെല്ലിൽ അംഗമായിരുന്നു.

1930 ഉപ്പസത്യാഗ്രഹ ജാഥാസ്വീകരണത്തിൽ ബക്കളത്ത് പങ്കെട ത്തുകൊണ്ട് നന്നേ ചെറുപ്പത്തിൽത്തന്നെ പൊതുരംഗത്തെത്തിയ മറ്റൊ രാളാണ് കൊട്ടയാടൻ രാഘവൻ മാസ്റ്റർ. കരക്കാട്ടിടം നായനാരുടെ ഭൂമിയിൽ നടത്തിയ പുനംകൃഷി സമരം ആറോൺ മിൽസമരം, മൊറാഴ സമരത്തിൽ പങ്കെടുക്കുന്നതിന് എള്ളരിഞ്ഞിയിൽനിന്നും പുറപ്പെട്ട ജാഥാംഗം, എള്ളരിഞ്ഞി പുനംകൃഷി സമരത്തിന്റെ ഭാഗമായി 8 മാസത്തെ ജയിൽവാസം അനുഭവിച്ചത് ഇടങ്ങിയവ രാഘവൻ മാസ്റ്റ റുടെ സംഘടനാ പ്രവർത്തനത്തിനിടയിലെ സുപ്രധാന ഏടുകളാണ്. 1946 ലെ കാവുമ്പായി സമരത്തിലെ മുഖ്യ പ്രതി എന്ന നിലയിൽ

പോലീസിന് പിടികൊട്ടക്കാതെ ഒളിവിൽ പോയെങ്കിലും പിന്നീട് അറസ്റ്റ് ചെയ്യപ്പെട്ട് സേലം ജയിലിൽ അടയ്ക്കപ്പെട്ടു. 1951 ൽ ജയിൽ മോചിതനായി.

ജീവൻ പണയം വെച്ചുകൊണ്ടാണ് നേതാക്കളെ ഒളിസങ്കേതത്തിൽ നിന്നും സങ്കേതത്തിലേക്ക് മാറ്റിയിരുന്നത്. കണ്ടക്കൈ, മയ്യിൽ ഭാഗങ്ങ ളിൽനിന്ന് പറശ്ശിനിക്കടവ് വഴി ഏഴോം പഴയങ്ങാടി ഭാഗങ്ങളിലേ ക്കും തിരിച്ചും നേതാക്കളെ എത്തിച്ചിരുന്നത്. നാവൂരി ഗോവിന്ദൻ എന്ന ഈ പ്രദേശത്തെ മറ്റൊരു അനുഭാവിയായിരുന്നു. കെ.വി.ചന്തുമാസ്റ്റർ ബക്കളത്തെ ആദ്യത്തെ കോൺഗ്രസ് കമ്മിറ്റി അംഗമായിരുന്നു. 1930 ൽ തന്നെ ദേശീയ പ്രസ്ഥാനവുമായി ബന്ധപ്പെട്ട് ചന്തുമാസ്റ്റർ ഉപ്പ് സത്യാഗ്രഹ സമരത്തിലും കള്ളഷാപ്പ് പിക്കറ്റിങ്ങിലും പങ്കെടുത്തു. കേരളീയൻ, ഭാരതീയൻ, കെ.പി.ആർ., തുടങ്ങിയ നേതാക്കളുമായുള്ള ബന്ധം അദ്ദേഹത്തെ കർഷക - കമ്മ്യൂണിസ്റ്റ് പ്രസ്ഥാനത്തിലേക്ക് എത്തിച്ചു. മാടായി, തളിപ്പറമ്പ് ഫർക്കയിലായിരുന്നു മാസ്റ്റർ ചുമത ലയേറ്റെടുത്ത് പ്രവർത്തിച്ചിരുന്നത്. 1935 ൽ ബക്കളത്ത് യുവജന വായനശാല സ്ഥാപിക്കുന്നതിൽ മാസ്റ്റർ നേതൃത്വപരമായി തന്നെ പ്രവർത്തിച്ചു. നിരവധി തവണ ഗുണ്ടാമർദ്ദനം ഏൽക്കേണ്ടി വന്നിട്ടുണ്ട്. കെ.വി.കുഞ്ഞിരാമൻ എന്ന രാമാഷ പാർട്ടിയുടെ ആദ്യകാല പ്രവർ ത്തകരിൽ ഒരാളാണ്. പാർട്ടി രൂപീകരിച്ച ആത്മഹത്യാ സ്ക്വാഡിൽ രാമൻമാഷോടൊപ്പം അംഗമായ മറ്റൊരാൾ തൈക്കോൾ കുഞ്ഞിരാ മനായിരുന്നു. പാർട്ടി പ്രവർത്തകരെയും നേതാക്കളെയും വേട്ടയാടിയി രുന്ന ഗുണ്ടകളെയും ഒറ്റുകാരെയും കായികമായിതന്നെ നേരിട്ടന്നതിന് തൈക്കോൾ കുഞ്ഞിരാമൻ അസാധാരണ ധൈര്യം പ്രകടിപ്പിച്ചു. മൊറാഴയിലും പരിസര പ്രദേശങ്ങളിലും ഗുണ്ടാവിളയാട്ടം നടത്തിയ എം.പി.ഗോവിന്ദൻ നമ്പ്യാരെന്ന ഗുണ്ടയെ നിലക്ക് നിർത്തിയത് ഇദ്ദേഹത്തിന്റെ ഇടപെടൽ മൂഖേന ആയിരുന്നു. പാർട്ടി പ്രവർത്തന ത്തിനിടയിൽ ഒളിവ് ജീവിതം നയിക്കേണ്ടി വന്ന തൈക്കോൾ ഗോവ വിമോചന സമരം വളണ്ടിയറായി സമരത്തിൽ പങ്കെടുത്തിട്ടുണ്ട്. പിൽക്കാലത്ത് പൊതു പ്രവർത്തനം നിർത്തി വിശ്രമ ജീവിതം നയിച്ചു. ഗോവ വിമോചന സമരത്തിൽ പങ്കെടുത്ത മറ്റൊരു പാർട്ടി മെമ്പറായി രുന്നു മയിലാട്ടെ ടി.വി.നാരായണൻ. ഇവർ സ്വാതന്ത്ര്യസമര സേനാനി കളായി ആദരിക്കപ്പെട്ടു.

വി.സി.കണ്ണൻ, ഒ.ടി.ചിണ്ടൻ എന്നിവർ പാർട്ടിയുടെ ആദ്യകാല പ്രവർത്തകരിൽ ശ്രദ്ധേയരായിരുന്നു. ഒഴക്രോം കേന്ദ്രമായാണ് വി.സി.കണ്ണൻ പ്രവർത്തിച്ചിരുന്നത്. ഗുണ്ടാആക്രമണങ്ങളെ ചെറുത്

തോല്പിക്കുന്നതിൽ നേതൃത്വം നൽകിയ കണ്ണനെ പോലീസ് നിരന്തരം കൊടിയ മർദ്ദനത്തിന് ഇരയാക്കിയതിനെ തുടർന്ന് അകാലത്തിൽ മരണമടയുകയാണുണ്ടായത്. ഉടുപ്പയിലെ വള്ളവളപ്പിൽ രാഘവൻ, സഹോദരൻ വള്ളവളപ്പിൽ നാരായണൻ എന്നിവർ പാർട്ടിയെ നിരോധിച്ച കാലഘട്ടത്തിൽ ത്യാഗപൂർവ്വം പ്രവർത്തിച്ചവരാണ്. പോലീസ്‌ഗുണ്ടാ മർദ്ദനങ്ങൾ നിരവധി തവണ ഏൽക്കേണ്ടി വന്നിട്ടുണ്ട്.

ത്യാഗത്തിന്റെയും സഹനത്തിന്റെയും തീക്ഷ്ണാനുഭവങ്ങൾ ഇഴുകി ചേർത്ത അപൂർവ്വം കമ്മ്യൂണിസ്റ്റ് നേതാക്കളിലൊരാളായ പാച്ചേനി കുഞ്ഞിരാമൻ കാന്തലിൽ ഒരു കർഷകതൊഴിലാളി കുടുംബത്തിൽ പിറന്ന് പാർട്ടിയുടെ സംസ്ഥാന കമ്മിറ്റി അംഗംവരെയായി. 2 വർഷവും 9 മാസവും ജയിലിലും 5 വർഷവും 9 മാസവും ഒളിവിലും കഴിയേണ്ടി വന്നു. 1946 ലെ ആറോൺമിൽ പണിമുടക്ക് കാലത്ത് സമരസഹായ പ്രവർത്തനങ്ങളിൽ പങ്കെടുത്ത പാച്ചേനിക്ക് ക്രൂരമായ പോലീസ് ഗുണ്ടാ മർദ്ദനങ്ങൾ ഏൽക്കേണ്ടി വന്നു. പട്ടിണിയിലായ ആറോൺമിൽ തൊഴിലാളികൾക്ക് ഭക്ഷണം എത്തിച്ച കൊടുക്കുന്നതിനും ഒളിവിൽ കഴിയുന്ന പാർട്ടി സഖാക്കളെ സംരക്ഷിക്കുന്നതിനും പാർട്ടി രേഖകൾ യഥാസമയം നിശ്ചിത സ്ഥലത്ത് എത്തിക്കുന്നതിനുമായി പ്രവർത്തിച്ച. 1947 ൽ പി.കൃഷ്ണപ്പിള്ളയുടെ ക്ലാസ്സിൽ പങ്കെടുത്ത് ജീവൻ കൊടുത്തും പാർട്ടിക്ക് വേണ്ടി പോരാട്ടമെന്ന് പ്രതിജ്ഞയെടുത്തു.

1948 ലെ പോലീസ് ഗുണ്ടാ മർദ്ദനകാലത്ത് ഒളിവിൽ പോയി. എങ്കിലും പിടിക്കപ്പെട്ടു. തുടർന്ന് ക്രൂരമർദ്ദനത്തിനിരയായി. ബക്കളം അഞ്ചാംപീടിക, മാങ്ങാട് തുടങ്ങിയ എം.എസ്.പി ക്യാമ്പിൽ കൊണ്ടുപോയി മർദ്ദിച്ചു. തലയിൽ 'മോസ്കോ' റോഡ് കെട്ടി. മരിച്ച പോവ്വുമെന്ന ഭയത്താൽ പോലീസ് ഉപേക്ഷിച്ചു. 1951 വരെ ഒളിവിൽ പ്രവർത്തിക്കേണ്ടി വന്നു. 1962 ൽ ഇന്ത്യ ചൈന യുദ്ധകാലത്തും 1965 ലും 1975 ലെ അടിയന്തിരാവസ്ഥകാലത്തും ഒളിവിൽ കഴിയേണ്ടി വന്നു. കമ്മ്യൂണിസ്റ്റ് പാർട്ടിയുടെ ഒഴക്രോം സെൽരൂപം കൊള്ളുന്നത് പാച്ചേനി ഒരു ചായകടക്കാരനായി ഒഴക്രോത്ത് പ്രവർത്തിക്കുന്ന ഘട്ടത്തിലാണ്. പാച്ചേനിയുടെ ചായക്കട കമ്മ്യൂണിസ്റ്റ് അനുഭാവികളുടെയും കർഷക സംഘം പ്രവർത്തകരുടെയും താവളമായിരുന്നു. പി.പി.ഗോവിന്ദൻ ആചാരി, മണിയമ്പാറ അമ്പു, ഈച്ച രാമൻ, കാക്കാമണി കുട്ടിയപ്പ എന്നിവരുടെ സ്ഥിരം താവളമായിരുന്നു ഈ ചായക്കട. കമ്മ്യൂണിസ്റ്റ് പാർട്ടിയുടെ ഒഴക്രോം സെൽ ഈ ചായക്കടയുമായി ബന്ധപ്പെട്ടാണ് രൂപം കൊണ്ടത്. ഇതിൽ കാക്കാമണി കുട്ടിയപ്പ പോലീസ് മർദ്ദനം ഭയന്ന് കോൺഗ്രസ്സ് കാരനും പിന്നീട് കുറുവടി പടയുടെ നേതാവും

പോലീസിന്റെ ഒറ്റകാരനുമായി. കമ്മ്യൂണിസ്റ്റ് പാർട്ടിയുടെ നേതാ ക്കളായ കെ.വി.നാരായണൻ നമ്പ്യാരും സി.എച്ച്.നാരായണൻ നമ്പ്യാരും പാച്ചേനിയുടെ കടയിലെ നിത്യ സന്ദർശകരായിരുന്നു. ഈ നേതാക്കളുമായുള്ള ബന്ധമാണ് പാച്ചേനിയെ കമ്മ്യൂണിസ്റ്റ് പാർട്ടിയി ലേക്ക് ആകർഷിച്ചത്. ഇതിൽ സി.എച്ച്.നാരായണൻ നമ്പ്യാരെയാണ് പാച്ചേനി തന്റെ രാഷ്ട്രീയ ഗുരുസ്ഥാനത്ത് പ്രതിഷ്ഠിച്ചതെന്ന് ഇതിനുമുമ്പ് സൂചിപ്പിച്ചിട്ടുണ്ട്. 1948 ൽ പാച്ചേനിയുടെ ചായക്കട പോലീസ് തല്ലിത കർത്തു. തുടർന്ന് ചായക്കട പൂട്ടുകയാണുണ്ടായത്.

കരിവെള്ളൂർ, മുനയംകുന്ന്, കാവുമ്പായി സമരങ്ങളെ തുടർന്ന് മലബാറിൽ കമ്മ്യൂണിസ്റ്റ് വേട്ട ശക്തമായി. ഇതോടെ മൊറാഴ, ഒഴക്രോം, കാന്തൽ, കടമ്പേരി പ്രദേശങ്ങൾ കർഷകസംഘം നേതാക്കള ടേയും കമ്മ്യൂണിസ്റ്റ് പാർട്ടി നേതാക്കളുടെയും ഒളിത്താവളമായി. ഒറ്റകാരെ ഭയപ്പെടാതെ താമസിക്കാൻ പറ്റുന്ന പ്രദേശങ്ങളായിരുന്നു ഇവ. കേരളീയൻ, എൻ.ഇ.ബലറാം, ഇ.കെ.നായനാർ, കെ.വി.നാരായണൻ നമ്പ്യാർ, അഴീക്കോടൻ രാഘവൻ, സി.എച്ച്.നാരായണൻ നമ്പ്യാർ, പി.അനന്തൻ, പി.സി.ഉത്തമൻ (വയനാട്), കെ.അനന്തൻ മാസ്റ്റർ, എ.കുഞ്ഞിക്കണ്ണൻ, അമ്പുക്കുട്ടി മാസ്റ്റർ, എം.സി.രയരപ്പൻ തുടങ്ങിയ വരുടെ പ്രധാന ഒളിസങ്കേതമായിരുന്നു ഒഴക്രോം. ഒളിവിൽ കഴിയുന്ന വരെപ്പറ്റിയുള്ള വിവരങ്ങൾ ശേഖരിക്കാൻ ആയിരുന്നു മൊറാഴയിലെ ധനാഢ്യനും കോൺഗ്രസ്നേതാവുമായ കെ.ടി.ഗോപാലൻ നമ്പ്യാരുടെ ശിൽബന്ധികളായ കോൺഗ്രസ് ഗുണ്ടകൾ പാച്ചേനിയെ പിടിച്ചതും ക്രൂരമായ മർദ്ദനങ്ങൾക്ക് ശേഷം പോലീസിൽ ഏൽപ്പിച്ചതും.

1930 കളിലും 40 കളിലും ശിശുപ്രായമായ ഇടതുപക്ഷ പ്രസ്ഥാനത്തെ മാതൃതുല്യം സ്നേഹിച്ചുവളർത്തിയ നിരവധി മഹിളാ പ്രവർത്തകർ നമു ക്കുണ്ട്. അതിലൊരാളാണ് പറശ്ശിനി മടപ്പുരയിലെ കരിഞ്ചിയേടത്തി എന്നു വിളിക്കുന്ന പി.എം.മാധവി. പറശ്ശിനി തറവാട്ടിലെ കാരണവത്തി യായ അവരുടെ നേതൃത്വത്തിലാണ് മലബാറിലെ ആദ്യത്തെ മഹിളാ സംഘടന പ്രവർത്തിച്ച തുടങ്ങിയത്. കാന്തലോട്ടിന്റെ ഭാര്യ യശോദ ടീച്ചർ പി.നാണിടീച്ചർ, കെ.ജാനകിടീച്ചർ, സി.ജാനകി ടീച്ചർ എന്നിവരും മഹിളാ നേതാക്കളായിരുന്നു. കരിഞ്ചിയേടത്തി 1941 ൽ കമ്മ്യൂണിസ്റ്റ് പാർട്ടി അംഗമായി. 1943 മാർച്ച് 20, 21 തീയതികളിൽ കോഴിക്കോടിൽ നടന്ന കമ്മ്യൂണിസ്റ്റ് പാർട്ടി കേരളസംസ്ഥാന സമ്മേളന പ്രതിനിധി യായിരുന്നു കരിഞ്ചിയേടത്തി. മൊറാഴ സംഭവത്തെത്തുടർന്ന് കടമ്പേ രിയിൽ ഒളിവിൽ കഴിഞ്ഞിരുന്ന കെ.പി.ആറിനെ സംരക്ഷിച്ചതിന്റെ പേരിൽ അധ്യാപിക ജോലി നഷ്ടപ്പെട്ട മിസിസ് ആമോൺ, പാർട്ടി

പ്രവർത്തകയായ പി.യശോദ ടീച്ചർ മറ്റ നിരവധി മഹിളാ പ്രവർത്ത
കരോടൊപ്പം ബക്കളത്തെയും കല്യാശ്ശേരിയിലെയും പറശ്ശിനിക്കട
വിലെയും മഹിളാപ്രവർത്തകർ സംസ്ഥാന സമ്മേളനത്തിൽ പങ്കെ
ടുത്തു. പറശ്ശിനിക്കടവിലെ ചന്ത്രോത്ത് മാധവി, പി.പി.മാധവി, ചന്തൻ
നാരായണി, മാണിക്യം എന്നിവർ അവരിൽ പ്രമുഖരാണ്. പാർട്ടി
പ്രവർത്തനത്തിന്റെ ഭാഗമായി ഒളിവിൽ കഴിഞ്ഞവരെ സംരക്ഷിക്ക
ന്നതിൽ കരിഞ്ചിയേടത്തിയുടെ സഹായവും നേതൃത്വവും എപ്പോഴും
ലഭിച്ചിരുന്നു. പി.കൃഷ്ണപിള്ള, കേരളീയൻ, വിഷ്ണുഭാരതീയൻ തുടങ്ങിയവർ
ആ സംരക്ഷണം ലഭിച്ചവരിൽ പ്രമുഖരാണ്.

മൊറാഴയുടെ രാഷ്ട്രീയ സാംസ്കാരിക ചരിത്രത്തിൽ നിർണ്ണായക
മായ സ്വാധീനം ചെലുത്താൻ മഹിളാ പ്രസ്ഥാനത്തിന് സാധിച്ചിട്ടുണ്ട്.
ഇവിടെ കർഷക-കമ്മ്യൂണിസ്റ്റ് പ്രസ്ഥാനം വേരുറക്കുന്നതോടുകൂടി
മഹിളാ സംഘടനാപ്രവർത്തനങ്ങളും ആരംഭിച്ചിരുന്നു. ഒളിവിൽ കഴി
ഞ്ഞിരിക്കുന്ന നേതാക്കളെ സംരക്ഷിക്കുന്നതിന് നമ്മുടെ മഹിളകൾ
വലിയ ഉത്തരവാദിത്തം നിറവേറ്റുകയുണ്ടായി. പി.യശോദ ടീച്ചർ
എ.ശ്രീദേവി തുടങ്ങിയ മഹിളാ നേതാക്കളാണ് മൊറാഴ-കല്യാശ്ശേരി
പ്രദേശങ്ങളിൽ മഹിളകളെ പൊതുപ്രവർത്തനത്തിൽ ആകൃഷ്ടരാക്കി
യതെന്ന് ആദ്യകാല മഹിളാ പ്രവർത്തകരായ കെ.ജാനകി ടീച്ചർ,
പി.നാണി ടീച്ചർ, സി.ജാനകി ടീച്ചർ എന്നിവർ രേഖപ്പെടുത്തുന്നു. 1942
ൽ കോഴിക്കോട് നടന്ന പി.സി ജോഷി പങ്കെടുത്ത സമ്മേളനത്തിൽ
കേരളീയനോടൊപ്പം മൊറാഴയിൽ നിന്നും ഇവരും പങ്കെടുത്തിരുന്നു.
തിരുമുമ്പിന്റെ ഭാര്യ ആര്യപള്ളം മഹിളകൾക്ക് സംഘടനാ പ്രവർ
ത്തനത്തിൽ മാർഗ്ഗനിർദ്ദേശങ്ങൾ നൽകിയതായി കെ.ജാനകിടീച്ചർ
അനുസ്മരിക്കുന്നു. മഹിളകളെ സംഘടിപ്പിക്കുവാൻ പല വഴികളും ഇവർ
സ്വീകരിച്ചിരുന്നു. വീട്ടുകളിൽ നിന്നും പാർട്ടിക്ക വേണ്ടി പിടിയരി പിരിച്ചി
രുന്നു. എല്ലാ ആഴ്ചകളിലും ഒരു നിശ്ചിത ദിവസം വീട്ടുകളിൽ കയറി അരി
ശേഖരിച്ചിരുന്നു. ഇതിനായി വീട്ടുകളിൽ എത്തിയാൽ വീട്ടുകാരുമായി
പ്രത്യേകിച്ച്‌മഹിളകളുമായി അതാത് സമയത്തെ സംഭവവികാസങ്ങൾ
ചർച്ച ചെയ്ത് ബോധവൽക്കരണം നടത്താനും അതിൽ കമ്മ്യൂണിസ്റ്റ്
പാർട്ടിയും കർഷകസംഘവും എടുക്കുന്ന നിലപാടുകൾ ജനങ്ങളുടെ
ജീവിതത്തിൽ എങ്ങനെ ഗുണകരമാകുന്നുവെന്നും വിശദീകരിക്കാറ
ണ്ടായിരുന്നു. കൃത്യമായി പത്രം വായിച്ച കേൾപ്പിക്കുക എന്നത് ഒരു
ശീലമാക്കി. ഒരു യോഗത്തിന് ശേഷം അടുത്ത യോഗത്തിനിടയിലെ
പത്രത്താളുകളിൽ വരുന്ന വാർത്തകളെപ്പറ്റി നേതാക്കളോട് ചോദിച്ച്
സംശയ നിവാരണം വരുത്തിയാണ് മഹിളാ നേതാക്കൾ പ്രവർത്തി
ച്ചത്.

കേരളീയന്റെ നിർദ്ദേശാനുസരണം യശോദടീച്ചറുടെ നേതൃത്വത്തിൽ മഹിളകൾ ഉത്സവ പറമ്പുകളിൽ പാർട്ടി സാഹിത്യങ്ങൾ വിൽക്കാൻ പോകുമായിരുന്നു. ഇത്തരം യാത്രയ്ക്കിടയിൽ കേരളീയൻ കയ്യിൽ മെഗാ ഫോൺ കരുതുമായിരുന്നു. കേരളീയൻ മെഗാ ഫോണിലൂടെ ഇടയ്ക്കിടെ പാട്ടപാടാറുണ്ടായിരുന്നു. എന്തിനാണിങ്ങനെ പാടുന്നത് എന്ന് കേര ളീയനോട് ചോദിച്ചപ്പോൾ മറുപടി ഇപ്രകാരമായിരുന്നു. 'ജനങ്ങൾ കേൾക്കട്ടെ നമ്മൾ ഈ നാട്ടിൽ എത്തിയിട്ടുണ്ടെന്ന് അറിയട്ടെ വഴിവ ക്കിലുള്ള ക്രൂരമൃഗങ്ങൾ ഒച്ച കേട്ട് മാറട്ടെ'.

കേരളീയന് ചുറ്റും കൂടുന്ന ആബാലവൃദ്ധം ജനങ്ങളെ നോക്കി പാട്ട പാടാൻ പറഞ്ഞപ്പോൾ അവർ നാണം നടിച്ച് നിന്നിരുന്നു.

നാണം കുണുങ്ങുന്ന ബ്ലാത്തൂരിലെ
ആണങ്ങൾ പെണ്ണങ്ങൾ കുട്ടികളും
പാടാൻ പറഞ്ഞിട്ട് പാടുന്നില്ല
എന്തൊരു വൈകൃതം കാലദോഷം

എന്നിങ്ങനെ കവിതയിലൂടെ പരിഹസിക്കുമ്പോൾ അവർ പാടാൻ തുടങ്ങുന്നു.

ഈ രീതിയിലാണ് ജനങ്ങളോട് ഇടപെട്ട് മഹിളാ പ്രസ്ഥാനത്തിന് തുടക്കം കുറിച്ചത്. ഇന്നത്തെ മൊറാഴ കല്യാശ്ശേരി വില്ലേജുകളിലെ മഹിളകൾ ചേർന്നുകൊണ്ട് 1954 ൽ മൊറാഴ കല്യാശ്ശേരി മഹിളാ സംഘടന രൂപീകരിച്ചു. പ്രഥമ സമ്മേളനം ഒഴക്രോത്ത് വെച്ചാണ് നടന്നത്. പി.നാണി ടീച്ചർ കൺവീനറും കെ.ജാനകി ടീച്ചർ പ്രസിഡന്റും യു. ജാനകി ടീച്ചർ സെക്രട്ടറിയുമായ കമ്മിറ്റിയെ തെരഞ്ഞെടുത്തു. 3 രൂപ വാടക നൽകി കൊണ്ട് ഒഴക്രോത്ത് ഒരു ഓഫീസ് പ്രവർത്തിച്ചു. കുട്ടികളെ പാട്ട്, ഡാൻസ് തുടങ്ങിയവ പഠിപ്പിക്കുന്നതിനാണ് ആദ്യഘ ട്ടത്തിൽ ഊന്നൽ നൽകിയത്. അതോടൊപ്പം സ്ത്രീകളുടെ ആരോഗ്യ സംരക്ഷണത്തിനായുള്ള ക്ലാസ്സുകളും നൽകിയിരുന്നു. മഹിളകൾ മാത്രമായി ഒഴക്രോത്ത് സംഘത്തിന്റെ നേതൃത്വം നാടകം അവതരിപ്പി ക്കുകയുണ്ടായി. ഒരു ഘട്ടത്തിൽ എ.കെ.ജി.യുടെ ഒഴക്രോം സന്ദർശനം മഹിളാ സംഘത്തിന്റെ പ്രവർത്തനത്തിൽ ആവേശകരമായ അനുഭവ മായി മാറി. എ.കെ.ജി വന്ന് കാര്യങ്ങൾ മനസ്സിലാക്കുകയും മഹിളാപ്ര വർത്തകരെ പ്രോത്സാഹിക്കുകയും ചെയ്തു. പാവപ്പെട്ട സ്ത്രീജനങ്ങൾക്ക് വിതരണം ചെയ്യുന്നതിന് പിന്നീട് കുറേ പാൽപ്പൊടിയും ഗുളികകളും ആരോഗ്യസംരക്ഷണത്തിന്റെ ഭാഗമായി അയച്ചുകൊടുക്കുകയുണ്ടായി. 1957 ൽ മൊറാഴ, കല്യാശ്ശേരി മഹിളാസംഘത്തെ വിഭജിച്ച് വില്ലേജ് സംഘം പ്രവർത്തിക്കുകയുണ്ടായി. സംഘത്തിന്റെ ആദ്യ നാളുകളിൽ

മഹിളാപ്രവർത്തകരെ പോലീസ് ക്യാമ്പിൽ കൊണ്ടുപോയി കമ്മ്യൂണിസ്റ്റ് പാർട്ടിയുമായുള്ള ബന്ധം ഉപേക്ഷിക്കാൻ നിർബന്ധിച്ചിരുന്നു. അതോടൊപ്പം യാഥാസ്ഥിതിക സമൂഹത്തിലെ എതിർപ്പും അസഹനീയമായിരുന്നു. ഇന്ന് ജാതി-മത-പ്രാദേശിക ഭേദമന്യേ നിരവധി മഹിളാപ്രവർത്തകരും നേതാക്കളും വളർന്ന് വന്നിട്ടുണ്ട്. കൂടുതൽ കരുത്താർജ്ജിച്ച് മഹിളാ സംഘടനകൾ പ്രവർത്തിച്ച് വരികയുമാണ്.

1948 കാലത്തെ കമ്മ്യൂണിസ്റ്റ് പാർട്ടിയുടെ കാലത്ത് പാർട്ടിനേതാക്കളെ സംരക്ഷിക്കുന്നതിൽ ത്യാഗപൂർവ്വം പ്രവർത്തിച്ചവരുടെ കൂട്ടത്തിൽ ഒട്ടേറെ ധീരവനിതകളും ഉണ്ടായിരുന്നു. പറശ്ശിനിക്കടവ് മടപ്പുരയിലെ പി.എം മാധവിയുടെ കരിഞ്ചേടത്തിയുടെ സേവനങ്ങൾ ഇതിനുമുമ്പ് സൂചിപ്പിച്ചിട്ടുണ്ട്. അതുപോലെ ത്യാഗത്തിന്റെയും സഹനത്തിന്റെയും അഗ്നിപരീക്ഷണങ്ങൾ അതിജീവിച്ച പാച്ചേനി കുഞ്ഞിരാമന്റെ മാതാവ് മാണിക്യമ്മ മറ്റൊരു ധീരവനിതയാണ്. കെ.പി.ആർ.ഗോപാലൻ, കാന്തലോട്ട കുഞ്ഞമ്പു തുടങ്ങിയ നേതാക്കൾ കാഞ്ഞിലിൽ പാലോർക്കന്നിൽ ഒളിവിൽ കഴിയുമ്പോൾ അവരുടെ സഹായിയായി പ്രവർത്തിച്ച കുട്ടിയായ പാച്ചേനിയെയാണ് മാണിക്യമ്മയുടെ പാർട്ടിയുമായുള്ള ബന്ധത്തിന് ഇടക്കം കുറിച്ചത്. ഒളിവില്വുള്ള പാർട്ടി നേതാക്കളുടെ സംരക്ഷണ ചുമതല ഏറ്റെടുത്ത പാച്ചേനി കുഞ്ഞിരാമൻ ക്രമേണ പാർട്ടിപ്രവർത്തകനും പാർട്ടി നേതാവുമായി. അതിന്റെ ഭാഗമായി തന്റെ മാതാവ് അനുഭവിക്കേണ്ടിവന്ന കഷ്ടപ്പാടുകളും ക്രൂരതകളും പാച്ചേനി ഓർക്കുന്നു. 'മാവിച്ചേരി സംഭവത്തെ തുടർന്ന് പോലീസ് നരനായാട്ടി നിടയിൽ പാച്ചേനിയും രണ്ട് സഖാക്കളും കോടല്ലൂരിലെ കണ്ണപ്പിലാവിലെത്തി. രണ്ടുപേരെ അവിടെ ഒളിവിൽ നിർത്തി പാച്ചേനി പറശ്ശിനി മടപ്പുരയിൽ ഭക്ഷണസാധനങ്ങൾ സംഭരിക്കാൻ പോയി. തിരിച്ചുവന്നപ്പോൾ ആ രണ്ട സഖാക്കളെ കാണാനില്ല. പോലീസ് പിടിച്ച് എന്നറപ്പിച്ചു. പാച്ചേനി അതിനടുത്ത് മുയ്യത്ത് അമ്മയുടെ വീടിന് അടുത്തുള്ള ബന്ധുവീട്ടിലേക്ക് പോയി.' ഏത് പാതിരാക്കും മകന്റെ കാൽപെരുമാറ്റത്തിന് കാത്തുനിൽക്കുന്ന മാണിക്യമ്മ മകന്റെ കൂടെ എപ്പോഴും മറ്റ് സഖാക്കളുണ്ടമെന്നുകരുതി ആവശ്യത്തിന് ഭക്ഷണം ഉണ്ടാക്കാറുണ്ട്. തന്ത്രപൂർവ്വമായ ഇടപെടൽകൊണ്ട് പലപ്പോഴും പാച്ചേനിയെയും മറ്റ സഖാക്കളെയും പോലീസിൽ നിന്നും ഗുണ്ടകളിൽ നിന്നും നിരവധി തവണ സംരക്ഷിച്ചിട്ടുണ്ട്. നേതാക്കൾ ഒളിവിൽ കഴിയുന്ന വീടുകളിൽ ക്ഷഭണവും പുസ്തകങ്ങളും പാർട്ടി സർക്കുലറുകളും മറ്റും ഒരു കൂട്ടയിൽ ഭദ്രമായിവച്ച് അതിനുമുകളിൽ ചാണകവളം നിറച്ച് ലക്ഷ്യസ്ഥാനത്ത് എത്തിച്ച നിരവധി അനുഭവങ്ങൾ അവർ വിശദീകരിക്കാറുണ്ട്.

മാസങ്ങളുടെ ഇടവേളക്കുശേഷം വീട്ടിലെത്തിച്ചേരുന്ന പാച്ചേനിയോട് 'നിനക്കെപ്പോഴാണ് പോകേണ്ടത്?' എന്ന ചോദ്യത്തോടെയാണ് സംഭാഷണം ആരംഭിച്ചിരുന്നത്. കമ്മ്യൂണിസ്റ്റ് പാർട്ടി പ്രവർത്തകനെന്ന നിലയിൽ മകൻ നിർവ്വഹിക്കുന്ന ചുമതലകളെക്കുറിച്ച് കൃത്യമായ ധാരണയുള്ള അമ്മയുടെ ചോദ്യം മതിപ്പുളവാക്കുന്നതായിരുന്നു എന്ന് പാച്ചേനി അനുസ്മരിക്കുന്നു.

കമ്മ്യൂണിസ്റ്റ് പാർട്ടിനേതാക്കളായ സി.എച്ച് നാരായണൻ മാസ്റ്റർ, പാച്ചേനി, കാന്തലോട്ട് തുടങ്ങിയ നിരവധി നേതാക്കളെ ഒളിവ് പാർപ്പിച്ച് സംരക്ഷിച്ച മറ്റൊരു ധീരവനിതയായിരുന്നു മൊറാഴ മുതുവാനിയിലെ നിരിച്ചൻ കണ്ണയി എന്ന കർഷകതൊഴിലാളി. കുറുവടി സംഘക്കാർ പലവട്ടം വീട്ടുവളഞ്ഞ് നേതാക്കളെ അടിക്കാൻ ശ്രമിച്ചെങ്കിലും ആ അമ്മയുടെ സമർത്ഥമായ ഇടപെടലുകൾ മൂലം നേതാക്കൾ രക്ഷപ്പെടുകയായിരുന്നു. വീട്ടിലെ പരിമിതമായ സൗകര്യങ്ങളോ 1946 കാലഘട്ടത്തിലെ കൊടിയ ഭക്ഷ്യക്ഷാമമോ ഈ സംരക്ഷണ പ്രവർത്തനത്തിൽ അവർക്ക് തടസ്സമായില്ല.

ശ്രീനാരായണ ശിഷ്യപരമ്പരയിലെ സ്വാമി ആനന്ദതീർത്ഥൻ പയ്യന്നൂർ ആശ്രമം കേന്ദ്രമാക്കി കാസർഗോഡ് താലൂക്ക് ഉൾപ്പെടെ ഉള്ള പ്രദേശങ്ങളിൽ അയിത്തത്തിനും അനാചാരങ്ങൾക്കുമെതിരെ പ്രവർത്തിച്ചിരുന്നവല്ലോ. ഹരിജനോദ്ധാരണത്തിന്റെ ഭാഗമായി മൊറാഴയിലും പരിസരപ്രദേശങ്ങളിലും സ്വാമി ആനന്ദതീർത്ഥൻ സന്ദർശിക്കാറുണ്ടായിരുന്നു. നിരവധി ഹരിജൻ കുട്ടികളെ കണ്ടെത്തി പയ്യന്നൂരിലെ ആശ്രമത്തിൽ താമസിപ്പിച്ച് അവർക്ക് വിദ്യാഭ്യാസം നൽകിയിരുന്നു. അത്തരം വിദ്യാർത്ഥികളുടെ വീട്ടുകൾ സന്ദർശിക്കുകയും കുടുംബങ്ങളുടെ സർവ്വതോൻമുഖ വികാസത്തിനായി പ്രവർത്തിക്കുകയും ചെയ്തു. ഈ പ്രദേശങ്ങളിലെ പുരോഗമനചിന്താഗതിക്കാർ സ്വാമിക്ക് എല്ലാവിധ സഹായസഹകരണങ്ങളും നൽകി. ഹരിജൻകുട്ടികളെ കൂട്ടി അമ്പലകുളങ്ങളിൽ കുളിക്കാനും അമ്പലനടയിൽ പ്രാർത്ഥിക്കാനും ആദ്യഘട്ടത്തിൽ മൊറാഴയിലും യാഥാസ്ഥിതികർ സമ്മതിച്ചിരുന്നില്ല. എന്നാൽ നിയമപരമായ സംരക്ഷണം തേടിയും ഉൽപതിഷ്ണക്കളുടെ പിന്തുണയാലും ക്രമേണ അയിത്താചരണം ഇല്ലാതായി. അതുപോലെ ഹോട്ടൽ, ബാർബർഷാപ്പ് തുടങ്ങിയ പൊതു ഇടങ്ങളിലും ജാതിമതഭേദമന്യേ പ്രവേശനവും സേവനവും ലഭ്യമാക്കുന്നതിന് സ്വാമിയുടെ ഇടപെടലും പുരോഗമനവാദികളുടെ പിന്തുണയും കൊണ്ട് സാധിച്ചു. പയ്യന്നൂർ ആശ്രമത്തിൽ താമസിച്ചുകൊണ്ട് പഠിച്ച് മൊറാഴയിലെ

നിരവധിപേർ പിന്നീട് ഉന്നതസർക്കാർ പദവികളിൽ ജോലിചെയ്യുക യും സമൂഹത്തിന്റെ മുഖ്യധാരയിൽ എത്തിച്ചേരുകയും ചെയ്തിട്ടുണ്ട്.

തുടർന്നും കോൺഗ്രസ്സുകാരുടെ ശക്തമായ സമ്മർദ്ദത്തിന്റെ ഫലമായി കേസ്സെടുത്ത് അറസ്റ്റുചെയ്യുകയും പറശ്ശിനിക്കടവിലെ ടി.ടി. ഗോപാലനേയും 6 മാസം ശിക്ഷിക്കുകയും ചെയ്തു. സ്വാതന്ത്ര്യ പുലരിയിൽ ഇവർ ശിക്ഷിക്കപ്പെട്ട് ജയിലറകളിൽ കഴിയുകയായിരുന്നു. ദേശീയ അധികാര കൈമാറ്റത്തിന്റെ ഭാഗമായി ഡൽഹിയിലും നാടെമ്പാടും ദേശീയ പതാക ഉയർത്തലും ആഘോഷങ്ങളും നടക്കുമ്പോൾ ഇവിടെ മാങ്ങാട്ടുപറമ്പിൽ കോൺഗ്രസ്സുകാരുടെ പ്രേരണയാൽ എം.എസ്. പി.ക്കാർ കൃഷിക്കാർ നട്ടുവളർത്തിയ കപ്പ കൃഷി നശിപ്പിച്ചുകൊണ്ട് സ്വാതന്ത്ര്യദിനം ആഘോഷിക്കുകയായിരുന്നു.

മൊറാഴ സംഭവത്തെയുടർന്ന് സാമ്രാജ്യത്വ ഭരണകൂടത്തിന്റെ ഭാഗമായ പോലീസിന്റെ ഒറ്റുകാരായും ജന്മിനാട്ടുവാഴിത്തത്തിനെതിരെ യുള്ള സമരത്തിൽ ജന്മിമാരുടെ പിണിയാളുകളായും ആറോൺമിൽ അടക്കമുള്ള സമരങ്ങളിൽ തൊഴിലാളി വിരുദ്ധ നിലപാടെടുക്കുകയും മാങ്ങാട്ടുപറമ്പ് കപ്പ കൃഷി അടക്കമുള്ള ഭക്ഷ്യോല്പാദന സംരംഭങ്ങ ളിൽ അവയെ തകർക്കുന്ന നിലപാടെടുക്കുകയും പ്ലേഗ്ം കോളറയും അടക്കമുള്ള മഹാമാരി കാലത്ത് നിഷ്ക്രിയരായിരിക്കുകയും നാട്ടിൽ സ്ഥാപിക്കപ്പെട്ട വായനശാലകളും വിദ്യാലയങ്ങളും കൈയേറി നശി പ്പിക്കുകയും തുടർന്ന് കമ്മ്യൂണിസ്റ്റ്വേട്ടക്കാലത്ത് പോലീസിനോടൊപ്പം ഗുണ്ടാപണി നടത്തുകയും ചെയ്തവരായിരുന്ന ഇവിടെയുള്ള ഭൂരിപക്ഷം കോൺഗ്രസ്സുകാരും. സ്വാതന്ത്ര്യ പ്രാപ്തിക്ക് ശേഷവും കോൺഗ്രസ്സിന്റെ ജനവിരുദ്ധ നയങ്ങൾക്കൊപ്പം നിൽക്കുകയും പാവപ്പെട്ട കൃഷിക്കാ രുടെയും തൊഴിലാളികളുടെയും കുട്ടികൾക്ക് പട്ടാളത്തിലോ കേന്ദ്ര ഗവൺമെന്റ് സംവിധാനങ്ങളിലോ ജോലിലഭിച്ചാൽ വെരിഫിക്കേഷ ന്റെ ഭാഗമായി കമ്മ്യൂണിസ്റ്റ് മുദ്രകുത്തി ജോലിയിൽനിന്നും പിരിച്ചുവിട്ട നതിനുള്ള ഏജന്റ്മാരായ കോൺഗ്രസ്സുകാർ പ്രവർത്തിച്ചു. എന്നാൽ കമ്മ്യൂണിസ്റ്റ് പാർട്ടിയും വർഗ്ഗ ബഹുജന സംഘടനകളും എല്ലായ്പ്പോഴും ജനങ്ങളോടൊപ്പം നിന്ന് അവരുടെ ജീവിത പ്രയാസങ്ങൾ പരിഹ രിക്കാനുള്ള പ്രായോഗിക പ്രവർത്തനങ്ങൾക്കും പോരാട്ടങ്ങൾക്കും നേതൃത്വം നൽകി. ജനങ്ങൾ പുരോഗമന ആശയങ്ങളേയും അതിന്റെ സംഘടനയേയും അനുഭവത്തിന്റെ വെളിച്ചത്തിൽ നെഞ്ചിലേറ്റി മൊറാഴയുടെ പാരമ്പര്യം ഉടരുന്നു.

***

1943 ൽ ബോംബെയിൽ നടന്ന ഒന്നാംപാർട്ടി കോൺഗ്രസ്സിൽ കലാപരിപാടികൾ അവതരിപ്പിച്ച ആന്തൂർ കലാട്ടുപ്പിലെ അംഗങ്ങൾ

1. സി.കോരൻ മാസ്റ്റർ

2. പി.പി.നാരായണൻ

3. പി.പി.അച്യുതൻ

4. എ.കെ അച്യുതൻ

5. പോളനാരായണൻ

6. കാപ്പാടൻ നാരായണൻ

7. എടക്കാടൻ കുഞ്ഞമ്പു

8. ചന്ദ്രോത്ത് യശോദൻ

9. കെ.ലക്ഷ്മി

10. പി.എം.കാർത്ത്യായണി

11. കോമ്രേഡ് നാണി

12. കലശക്കാരൻ കരുണാകരൻ

13. അക്കരമ്മൽ ഗോപാലൻ

14. കണ്ടൻ കുട്ടിയപ്പ പണിക്കർ

15. പി.എം.മുകുന്ദൻമാസ്റ്റർ

16. കണ്ണോത്ത് രാഘവൻ

17. സി.വി ചന്തുപണിക്കർ

18. എം.വി കുഞ്ഞിക്കണ്ണ

19. പാക്കൻ ഗോപാലൻ

20. ചന്ദ്രോത്ത് ഗോപാലൻ